Hraði og Góð bragð
Loftofnbókin

Einar Magnússon

Innihald

Steikt nautakjöt og grænmeti

Þjónar 4

30 ml/2 matskeiðar af smjöri eða smjörlíki við eldhúshita

1 stór laukur, rifinn

3 gulrætur, þunnar sneiðar

75 g sveppir, skornir í þunnar sneiðar

450 g/1 lb baksteik (ábending), skorin í litla teninga

1 nautakjötsbollu teningur

15 ml/1 matskeið af venjulegu (allskyns) hveiti.

300 ml/½ pt/1¼ bolli heitt vatn eða nautakraftur

Nýmalaður svartur pipar

5 ml/1 teskeið af salti

Setjið smjörið eða smjörlíkið í 20 cm ofnfast mót í þvermál (hollenskur ofn). Bræðið á meðan þið þíðið í 45 sekúndur. Bætið grænmeti og steik saman við og blandið vel saman. Eldið án loks við háan hita í 3 mínútur. Myljið soðið teninginn og blandið saman við hveiti og heitu vatni eða seyði. Flyttu blönduna yfir á brúnina á pönnunni til að búa til hring og skildu eftir smá dæld í miðjunni. Stráið pipar yfir. Hyljið með plastfilmu og skerið það tvisvar til að gufa komist út. Eldið við háan hita í 9 mínútur, snúið pottinum einu sinni við. Setjið til hliðar í 5 mínútur, kryddið síðan með salti og berið fram.

Nautagúlasj

Þjónar 4

450 g mögnuð steik til plokkunar, skorin í litla teninga

15 ml/1 matskeið af venjulegu (allskyns) hveiti.

250g/9oz óþíða frosið plokkfisk grænmeti

300 ml/½ pkt/1¼ bolli sjóðandi vatn

1 nautakjötsbollu teningur

Nýmalaður pipar

2,5–5 ml/½–1 teskeið af salti

Setjið steikina í 23 cm ofnfast mót í þvermál (hollenskur ofn), ekki of djúpt. Stráið hveiti yfir og blandið síðan vel saman. Dreifið lauslega í einu lagi. Saxið grænmetið og raðið því svo utan um kjötið. Hyljið með plastfilmu og skerið það tvisvar til að gufa komist út. Eldið við háan hita í 15 mínútur, snúið pottinum fjórum sinnum. Hellið vatni yfir kjötið og myljið það í soðið teninginn. Kryddið með pipar eftir smekk og blandið vel saman. Lokið eins og áður, eldið síðan við háan hita í 10 mínútur og snúið pottinum þrisvar sinnum. Setjið til hliðar í 5 mínútur, blandið síðan saman, kryddið með salti og berið fram.

Heitur pottur með nautakjöti og grænmeti

Þjónar 4

450 g kartöflur

2 gulrætur

1 stór laukur

450 g mögnuð steik til plokkunar, skorin í litla teninga

1 nautakjötsbollu teningur

150 ml/¼ pt./2/3 bolli heitt nauta- eða grænmetissoð

30 ml/2 matskeiðar af smjöri eða smjörlíki

Skerið kartöflur, gulrætur og lauk í gegnsæjar, þunnar sneiðar. Skiptið lauksneiðunum í hringa. Smyrðu vandlega 1,75 lítra/3 skammta/7½ bolla ílát. Fylltu með til skiptis lögum af grænmeti og kjöti, byrjaðu og endaðu með kartöflum. Hyljið með plastfilmu og skerið það tvisvar til að gufa komist út. Eldið við háan hita í 15 mínútur, snúið pottinum þrisvar sinnum. Bætið soðið teningnum út í heita soðið og hrærið þar til það leysist upp. Hellið varlega niður með hliðum kersins þannig að það flæði í gegnum kjötið og grænmetið. Stráið smjörflögum eða smjörlíki yfir. Lokið eins og áður og eldið við háan hita í 15 mínútur, snúið pottinum þrisvar sinnum. Setjið til hliðar í 5 mínútur. Brúnið undir heitu grilli (broiler) ef vill.

Karrí með nautakjöti

Fyrir 4-5

Anglicized útgáfa af miðlungs krydduðu karríi. Berið fram með basmati hrísgrjónum og sambals (viðbót) af náttúrulegri jógúrt, sneiðum agúrku stráð yfir fersku kóríander (kóríander) og krydduðum chutney.

450 g af magu soðnu nautakjöti, skorið í litla teninga

2 laukar, saxaðir

2 hvítlauksrif, mulin

15 ml/1 matskeið af sólblóma- eða maísolíu

30 ml / 2 matskeiðar af sterku karrídufti

30 ml/2 matskeiðar af tómatmauki (mauk)

15 ml/1 matskeið af venjulegu (allskyns) hveiti.

4 grænir kardimommubelgir

15 ml/1 matskeið garam masala

450 ml/¾ pt/2 bollar af heitu vatni

5 ml/1 teskeið af salti

Setjið kjötið í einu lagi í djúpt fat sem er 25 cm í þvermál. Setjið disk yfir og eldið við háan hita í 15 mínútur, hrærið tvisvar. Á meðan, steikið (steikið) laukinn og hvítlaukinn að venju í olíu á pönnu (steikið) við meðalhita þar til hann er ljós gullinn. Blandið karrýinu, tómatpúrrunni, hveiti, kardimommubungum og garam masala saman og hrærið svo smám saman út í heita vatnið. Eldið, hrærið, þar til blandan sýður og þykknar. Takið pottinn með kjötinu úr örbylgjuofninum og hrærið innihaldinu á pönnunni. Hyljið með plastfilmu og skerið það tvisvar til að gufa komist út. Eldið við háan hita í 10 mínútur, snúið pottinum tvisvar. Setjið til hliðar í 5 mínútur áður en það er borið fram.

Basic Kjöt

Þjónar 4

450 g/1 lb/4 bolli magurt nautahakk

1 laukur, rifinn

30 ml/2 matskeiðar af venjulegu (allskyns) hveiti.

450 ml/¾ pt/2 bollar af heitu vatni

1 nautakjötsbollu teningur

5 ml/1 teskeið af salti

Setjið kjötið í djúpt fat sem er 20 cm í þvermál. Blandið lauknum og hveitinu vandlega saman með gaffli. Eldið án loks við háan hita í 5 mínútur. Brjótið kjötið í sundur með gaffli. Bætið vatni út í og myljið í soðið teninginn. Hrærið vel til að blanda saman. Hyljið með plastfilmu og skerið það tvisvar til að gufa komist út. Eldið við háan hita í 15 mínútur, snúið pottinum fjórum sinnum. Setjið til hliðar í 4 mínútur. Saltið og hrærið áður en það er borið fram.

Sveitakaka

Þjónar 4

1 magn Basic Kjöt

675 g nýsoðnar kartöflur

30 ml/2 matskeiðar af smjöri eða smjörlíki

60–90 ml/4–6 matskeiðar af heitri mjólk

Kælið Basic hakkið þar til það er orðið volgt og hellið í smurt 1 lítra kökuform. Myljið kartöflurnar með smjöri eða smjörlíki og nægri mjólk til að mynda létt og mjúkt mauk. Skerið kjötblöndunni upp úr eða dreifið henni slétt og stappið síðan með gaffli. Hitið afhjúpað á fullum krafti í 3 mínútur. Mögulega má brúna undir heitu grilli (broiler).

Sveitakaka með osti

Þjónar 4

Undirbúið sem Cottage Pie, en bætið 50-75 g af rifnum Cheddar osti við kartöflurnar eftir að smjörið og heita mjólkin eru kremuð.

Malað með höfrum

Þjónar 4

Útbúið sem Basic Hakk, en bætið 1 rifinni gulrót út í ásamt lauknum. Skiptu út hveiti fyrir 25 g/1 oz/½ bolli haframjöl. Eldið í fyrsta skipti í 7 mínútur.

Chilli Con Carne

Fyrir 4-5

450 g/1 lb/4 bolli magurt nautahakk

1 laukur, rifinn

2 hvítlauksrif, mulin

5–20 ml/1–4 teskeiðar af chili kryddi

400g/14oz/1 stór dós hakkaðir tómatar

5 ml/1 teskeið af Worcestershire sósu

400g/14oz/1 stór dós rauðar baunir, tæmd

5 ml/1 teskeið af salti

Jakkarkartöflur eða soðin hrísgrjón til að bera fram

Setjið nautakjötið í 23 cm ofnfast mót í þvermál (hollenskur ofn). Hrærið lauknum og hvítlauknum saman við með gaffli. Eldið án loks við háan hita í 5 mínútur. Brjótið kjötið í sundur með gaffli. Bætið við öllu sem eftir er nema salti. Hyljið með plastfilmu og skerið það tvisvar til að gufa komist út. Eldið við háan hita í 15 mínútur, snúið pottinum þrisvar sinnum. Setjið til hliðar í 4 mínútur. Kryddið með salti áður en það er borið fram með jakkakartöflum eða soðnum hrísgrjónum.

Karrí Hakk

Þjónar 4

2 laukar, rifnir

2 hvítlauksrif, mulin

450 g/1 lb/4 bolli magurt nautahakk

15 ml/1 matskeið af venjulegu (allskyns) hveiti.

5–10 ml/1–2 matskeiðar af mildu karrídufti

30 ml/2 matskeiðar af ávaxtachutney

60 ml/4 matskeiðar af tómatmauki (mauk)

300 ml/½ pkt/1 ¼ bolli sjóðandi vatn

1 nautakjötsbollu teningur

Salt og nýmalaður svartur pipar

Blandið saman lauk, hvítlauk og nautakjöti. Setjið í ofnfast mót með 20 cm þvermál (hollenskur ofn). Myndaðu hring í kringum brúnina á fatinu og skildu eftir smá dæld í miðjunni. Setjið disk yfir og eldið við háan hita í 5 mínútur. Plokkaðu með gaffli. Bætið við hveiti, karrýdufti, chutney og tómatpúrru. Bætið vatni smám saman út í og myljið síðan í soðið teninginn. Hyljið með plastfilmu og skerið það tvisvar til að gufa komist út. Eldið við háan hita í 15 mínútur, snúið pottinum þrisvar sinnum. Setjið til hliðar í 4 mínútur. Kryddið eftir smekk, blandið saman og berið fram.

nautakjötsgúlas

Þjónar 6

40 g/3 matskeiðar af smjöri, smjörlíki eða smjörfeiti

675 g/1½ pund steik, skorin í litla teninga

2 stórir laukar, rifnir

1 meðalgræn paprika, frælaus og smátt skorin

2 hvítlauksrif, mulin

4 tómatar, hvítaðir, skrældir og saxaðir

45 ml/3 matskeiðar af tómatmauki (mauk)

15 ml/1 matskeið af papriku

5 ml/1 teskeið af kúmeni

5 ml/1 teskeið af salti

300 ml/½ pkt/1¼ bolli sjóðandi vatn

150 ml/¼ pt/2/3 bolli sýrður (mjólkur) rjómi

Setjið fituna í 1,75 lítra/3 skammta/7½ bolla ílát. Bræðið afhjúpað við háan hita í 1 mínútu. Blandið saman kjöti, lauk, papriku og hvítlauk. Hyljið með plastfilmu og skerið það tvisvar til að gufa komist út. Eldið við háan hita í 15 mínútur, snúið pottinum fjórum sinnum. Afhjúpaðu og blandaðu tómötum, tómatpúrru, papriku og kúmeni saman við. Lokið eins og áður og eldið við háan hita í 15 mínútur, snúið pottinum fjórum sinnum. Kryddið með salti og hrærið varlega út í sjóðandi vatnið. Hellið á djúpa diska og toppið hvern ríkulega með rjóma.

Nautagúlask með soðnum kartöflum

Þjónar 6

Útbúið eins og nautakjötsgúlas, en sleppið rjómanum og bætið 2-3 heilum soðnum kartöflum í hvern skammt.

Smjörbauna- og nautapottréttur með tómötum

Þjónar 6

425g/15oz/1 stór dós af smjörbaunum
275 g/10oz/1 dós af tómatsúpu
30 ml/2 matskeiðar af þurrkuðum lauk
6 sneiðar af soðinni steik, um það bil 125 g/4 oz hver, þeyttar flatar
Salt og nýmalaður svartur pipar

Blandið baunum, súpu og lauk saman í 20 cm þvermál eldfast mót (hollenskur ofn). Setjið disk yfir og eldið við háan hita í 6 mínútur, hrærið þrisvar sinnum. Raðið steikunum um brún réttarins. Hyljið með plastfilmu og skerið það tvisvar til að gufa komist út. Eldið við háan hita í 17 mínútur, snúið pottinum þrisvar sinnum. Setjið til hliðar í 5 mínútur. Afhjúpið og kryddið eftir smekk áður en það er borið fram.

Kaka með nautakjöti og tómötum

Afgreiðsla 2-3

275 g/10 oz/2½ bollar malað nautakjöt

30 ml/2 matskeiðar af venjulegu (allskyns) hveiti.

1 egg

5 ml/1 teskeið af laukdufti

150 ml/¼ pt/2/3 bolli tómatsafi

5 ml/1 teskeið af sojasósu

5 ml/1 teskeið af þurrkuðu oregano

Soðið pasta, tilbúið til framreiðslu

Smyrjið 900 ml/1½ pt/3¾ bolli sporöskjulaga kökuform vandlega. Blandið nautakjötinu saman við allt sem eftir er af hráefninu og dreifið því mjúklega í réttinn. Hyljið með plastfilmu og skerið það tvisvar til að gufa komist út. Eldið við háan hita í 7 mínútur, snúið pottinum tvisvar. Setjið til hliðar í 5 mínútur. Skerið í tvo eða þrjá bita og berið fram heitt með pasta.

Nautakjöt og sveppir kebab

Þjónar 4

24 fersk eða þurrkuð lárviðarlauf

½ rauð paprika, skorin í litla ferninga

½ græn paprika, skorin í litla ferninga

750 g grilluð (grilluð) steik, snyrt og skorin í 2,5 cm teninga

175 g sveppir

50 g smjör eða smjörlíki við eldhúshita

5 ml/1 teskeið af papriku

5 ml/1 teskeið af Worcestershire sósu

1 hvítlauksgeiri, pressaður

175 g/6 oz/1½ bolli hrísgrjón, soðin

Ef þú notar þurrkuð lárviðarlauf skaltu setja þau í lítið fat, bæta við 90 ml/6 matskeiðum af vatni og hylja með undirskál. Hitið við háan hita í 2 mínútur til að mýkjast. Setjið piparferningana í fat og hyljið einfaldlega með vatni. Lokið með diski og hitið á fullum krafti í 1 mínútu til að mýkjast. Tæmið paprikuna og lárviðarlaufin. Þræðið nautakjöt, sveppi, piparferninga og lárviðarlauf á tólf tréspjót með 10 cm þvermál. Raðið teini eins og geimar á hjóli í djúpt fat með 25 cm þvermál. Setjið smjör eða smjörlíki, papriku, Worcestershire sósu og hvítlauk í lítinn pott og hitið afhjúpað við háan hita í 1 mínútu. Penslið kebab. Eldið án loks við háan hita í 8 mínútur, snúið pottinum fjórum sinnum. Snúið kebabinu varlega við og penslið með smjörblöndunni sem eftir er. Eldið við háan hita í 4 mínútur í viðbót, snúið pottinum tvisvar. Setjið á hrísgrjón og hellið safa úr fatinu yfir. Leyfðu þrjá kebab á mann.

fyllt lambakjöt

Þjónar 4

Örlítið miðausturlensk nálgun hér. Berið lambið fram með volgu pittabrauði og grænu salati með ólífum og kapers.

4 lambalæri, um það bil 15 cm langir og 675 g/½ pund hver

3 stórar sneiðar af hvítu brauði með skorpu, skornar í teninga

1 laukur, skorinn í 6 báta

45 ml/3 matskeiðar af ristuðum furuhnetum

30 ml/2 matskeiðar af rifsberjum

2,5 ml / ½ teskeið af salti

150 g/2/3 bolli af þykkri grískri jógúrt

Malaður kanill

8 sveppir

15 ml/1 matskeið af ólífuolíu

Skerið fituna af lambinu. Skerið lengdarskurð í hvern bita og gætið þess að skera ekki beint í gegnum kjötið. Myljið brauðteninga og laukbita saman í matvinnsluvél eða blandara. Skafið í skál og hrærið furuhnetum, rifsberjum og salti saman við. Dreifið jöfnu magni yfir lambakjötsbitana og festið með trékokteilstöngum (tannstönglum). Setjið í ferning í djúpt fat með 25 cm þvermál. Dreifið öllu með jógúrt og stráið létt yfir kanil. Setjið sveppina af handahófi og smyrjið þunnt með olíu. Hyljið með plastfilmu og skerið það tvisvar til að gufa komist út. Eldið við háan hita í 16 mínútur, snúið pottinum fjórum sinnum. Setjið til hliðar í 5 mínútur, berið svo fram.

Mintlambakebab

Þjónar 6

900 g/2 lb lambahryggur, hreinsaður

12 stór myntublöð

60 ml/4 matskeiðar af þykkri náttúrulegri jógúrt

60 ml/4 matskeiðar tómatsósa (catsup)

1 hvítlauksgeiri, pressaður

5 ml/1 teskeið af Worcestershire sósu

6 pittabrauð, heit

Salatblöð, tómatar og agúrkusneiðar

Skerið kjötið í 2,5 cm/1 teninga. Þræðið á sex tréspjót til skiptis með myntulaufum. Raðið eins og geimverum á hjóli í djúpt fat með 25 cm þvermál. Blandið jógúrtinni, tómatsósunni, hvítlauknum og Worcestershire sósunni vandlega saman og dreifið helmingnum af blöndunni yfir kebab. Eldið við háan hita án loks í 8 mínútur, snúið pottinum tvisvar. Snúðu kebabnum og dreifðu með basanum sem eftir er. Eldið við háan hita í 8 mínútur í viðbót, snúið pottinum tvisvar. Setjið til hliðar í 5 mínútur. Hitið pittabrauðið stutta stund undir grillinu (broiler) þar til það er blásið upp, skerið síðan meðfram langbrúninni til að mynda vasa. Takið kjötið af teini og fargið lárviðarlaufunum. Setjið lambakjötið í píturnar og bætið svo hluta af salati við hverja.

Klassískt lambakebab

Þjónar 6

900 g/2 lb lambahryggur, hreinsaður

12 stór myntublöð

30 ml/2 matskeiðar af smjöri eða smjörlíki

5 ml/1 teskeið af hvítlaukssalti

5 ml/1 teskeið af Worcestershire sósu

5 ml/1 teskeið af sojasósu

2,5 ml/½ teskeið af papriku

6 pittabrauð, heit

Salatblöð, tómatar og agúrkusneiðar

Skerið kjötið í 2,5 cm/1 teninga. Þræðið á sex tréspjót til skiptis með myntulaufum. Raðið eins og geimverum á hjóli í djúpt fat með 25 cm þvermál. Bræðið smjörið eða smjörlíkið á Full í 1 mínútu, bætið síðan hvítlaukssalti, Worcestershire sósu, sojasósu og papriku út í og blandið vel saman. Dreifið helmingnum af blöndunni yfir kebab. Eldið við háan hita án loks í 8 mínútur, snúið pottinum tvisvar. Snúðu kebabnum og dreifðu með basanum sem eftir er. Eldið við háan hita í 8 mínútur í viðbót, snúið pottinum tvisvar. Setjið til hliðar í 5 mínútur. Hitið pittabrauðið stutta stund undir grillinu (broiler) þar til það er blásið upp, skerið síðan meðfram langbrúninni til að mynda vasa. Takið kjötið af teini og fargið lárviðarlaufunum. Setjið lambakjötið í píturnar og bætið svo hluta af salati við hverja.

Miðausturlenskt lambakjöt með ávöxtum

Fyrir 4-6

Þessi fínlega kryddaði og ávaxtaríki lambaréttur er vægast sagt glæsilegur, aukinn með hjúp af ristuðum furuhnetum og möndlum. Berið fram með jógúrt og smurðum hrísgrjónum.

675 g beinlaust lambakjöt, eins magurt og hægt er

5 ml/1 teskeið af möluðum kanil

2,5 ml/½ teskeið af möluðum negul

30 ml / 2 matskeiðar ljós mjúkur púðursykur

1 laukur, saxaður

30 ml/2 matskeiðar af sítrónusafa

10 ml/2 teskeiðar af maísmjöli (maissterkju)

15 ml/1 matskeið af köldu vatni

7,5–10 ml/1½–2 teskeiðar af salti

400 g/14 oz/1 stórar dós ferskjusneiðar í náttúrulegum eða eplasafa, tæmd

30 ml / 2 matskeiðar af ristuðum furuhnetum

30 ml/2 matskeiðar af möndluflögum

Skerið lambið í litla teninga. Sett í 1,75 lítra/3 skammta/7½ bolla eldfast mót (hollenskur ofn). Blandið kryddi, sykri, lauk og sítrónusafa saman við og bætið í réttinn. Setjið disk yfir og eldið við háan hita í 5 mínútur, setjið síðan til hliðar í 5 mínútur. Endurtaktu aðgerðina þrisvar sinnum, blandaðu vel saman í hvert skipti. Blandið saman maísmjöli og vatni til að fá slétt deig. Hellið vökvanum af lambinu og bætið við maíssterkjublöndunni og salti. Hellið lambinu út í og hrærið vel saman. Eldið við háan hita án loks í 2 mínútur. Hrærið ferskjusneiðunum saman við og eldið óhult við háan hita í 1,5 mínútur í viðbót. Stráið furuhnetum og möndlum yfir og berið fram.

Spottaður írskur plokkfiskur

Þjónar 4

675 g lambakjöt skorið í teninga

2 stórir laukar, gróft rifnir

450 g kartöflur, skornar í litla teninga

300 ml/½ pkt/1¼ bolli sjóðandi vatn

5 ml/1 teskeið af salti

45 ml/3 matskeiðar af saxaðri steinselju

Skerið umframfitu af lambinu. Raðið kjötinu og grænmetinu í einu lagi í djúpt fat sem er 25 cm í þvermál. Hyljið með plastfilmu og skerið það tvisvar til að gufa komist út. Eldið við háan hita í 15 mínútur, snúið pottinum tvisvar. Blandið vatni saman við salti og hellið yfir kjöt og grænmeti, hrærið vel til að blanda saman. Lokið eins og áður og eldið við háan hita í 20 mínútur, snúið pottinum þrisvar sinnum. Setjið til hliðar í 10 mínútur. Afhjúpið og stráið steinselju yfir áður en það er borið fram.

Lambakótilettur bónda

Þjónar 4

3 kaldar soðnar kartöflur, þunnar sneiðar

3 kaldar soðnar gulrætur, skornar í þunnar sneiðar

4 magrar lambakótilettur, 150 g hver

1 lítill laukur, rifinn

1 soðið (rifin) epli, afhýtt og rifið

30 ml/2 matskeiðar af eplasafa

Salt og nýmalaður svartur pipar

15 ml/1 matskeið af smjöri eða smjörlíki

Settu kartöflu- og gulrótarsneiðarnar í einu lagi á botninn á djúpu 20 cm fati. Setjið kóteletturnar ofan á. Stráið lauk og epli yfir og hellið safanum út í. Kryddið eftir smekk og stráið smjöri eða smjörlíkisflögum yfir. Hyljið með plastfilmu og skerið það tvisvar til að gufa komist út. Eldið við háan hita í 15 mínútur, snúið pottinum tvisvar. Setjið til hliðar í 5 mínútur áður en það er borið fram.

Lamba heitur pottur

Þjónar 4

675 g kartöflur, mjög þunnar sneiðar

2 laukar, mjög þunnar sneiðar

3 gulrætur, mjög þunnar sneiðar

2 stórir sellerístilkar, skornir á ská í þunnar strimla

8 fínar lambakótilettur, heildarþyngd: um það bil 1 kg

1 nautakjötsbollu teningur

300 ml/½ pkt/1¼ bolli sjóðandi vatn

5 ml/1 teskeið af salti

25 ml/1½ matskeið af bræddu smjöri eða smjörlíki

Setjið helminginn af tilbúnu grænmetinu í léttsmurt 2,25 lítra/4 skammta/10 bolla ofnfast mót (hollenskur ofn). Setjið kóteleturnar ofan á og setjið restina af grænmetinu yfir. Hyljið með plastfilmu og skerið það tvisvar til að gufa komist út. Eldið við háan hita í 15 mínútur, snúið pottinum þrisvar sinnum. Taktu úr örbylgjuofni og afhjúpaðu. Bætið skálinni út í vatnið og saltið. Hellið varlega niður hliðar kersins. Smyrjið toppinn með smjöri eða smjörlíki. Lokið eins og áður og eldið við háan hita í 15 mínútur. Setjið til hliðar í 6 mínútur áður en það er borið fram.

Lambahleif með myntu og rósmaríni

Þjónar 4

450 g/1 lb/4 bolli hakkað (malað) lambakjöt

1 hvítlauksgeiri, pressaður

2,5 ml/½ teskeið af þurrkuðu, muldu rósmaríni

2,5 ml/½ teskeið af þurrkaðri myntu

30 ml/2 matskeiðar af venjulegu (allskyns) hveiti.

2 stór egg, þeytt

2,5 ml / ½ teskeið af salti

5 ml/1 teskeið af brúnni borðsósu

Rifinn múskat

Smyrðu létt 900ml/1½ pt/3¾ bolli sporöskjulaga kökuform. Blandið öllum hráefnum nema múskati saman og dreifið mjúklega á disk. Hyljið með plastfilmu og skerið það tvisvar til að gufa komist út. Eldið við háan hita í 8 mínútur, snúið pottinum tvisvar. Settu til hliðar í 4 mínútur, afhjúpaðu síðan og stráðu múskati yfir. Skerið í bita til framreiðslu.

Lambabredie með tómötum

Þjónar 6

Undirbúið eins og fyrir Chicken Bredie með tómötum, en skiptið út beinlausa kjúklingnum fyrir grófsaxað lambakjöt.

Lamb Biriani

Fyrir 4-6

5 kardimommubelgir

30 ml/2 matskeiðar af sólblómaolíu

450 g/1 pund af skornum lambalæri, skorið í litla teninga

2 hvítlauksrif, mulin

20 ml/4 tsk garam masala

225 g/8 oz/1¼ bolli langkorna hrísgrjón sem auðvelt er að elda

600 ml/1 skammtur/2½ bollar af heitu kjúklingasoði

10 ml/2 teskeiðar af salti

125 g / 4 oz / 1 bolli flögaðar (hakkaðar) möndlur, ristaðar

Skerið kardimommubungurnar upp til að fjarlægja fræin, myljið síðan fræin með stöpli og mortéli. Hitið olíuna í 1,5 lítra/3 skammta/7½ bolla eldfast mót (hollenskur ofn) á hátt í 1½ mínútu. Bætið við lambakjöti, hvítlauk, kardimommufræjum og garam masala. Blandið vel saman og raðið síðan í kringum brúnina á fatinu og skilið eftir smá dæld í miðjunni. Hyljið með plastfilmu og skerið það tvisvar til að gufa komist út. Eldið við háan hita í 10 mínútur. Afhjúpaðu og blandaðu saman við hrísgrjón, seyði og salti. Lokið eins og áður og eldið við háan hita í 15 mínútur. Setjið til hliðar í 3 mínútur, setjið síðan á heita diska og stráið möndlum yfir hverjum skammti.

Skreytt Biriani

Fyrir 4-6

Undirbúið eins og lambakjötsbiriani, en raðið biriani á heitt fat og skreytið með söxuðum harðsoðnum eggjum, tómatbátum, kóríanderlaufum og steiktum (steiktum) söxuðum lauk.

Moussaka

Fyrir 6-8

Þessi lagskiptu gríska klassík sem byggir á lambakjöti tekur smá þolinmæði til að útbúa, en árangurinn er fyrirhafnarinnar virði. Eldaðar eggaldinsneiðar (eggaldin) gera það minna ríkt og auðveldara að melta það en sumar útgáfur.

Fyrir eggaldinlögin:

675 g eggaldin

75 ml/5 matskeiðar af heitu vatni

5 ml/1 teskeið af salti

15 ml/1 matskeið af ferskum sítrónusafa

Fyrir kjötlögin:

40 g/3 matskeiðar af smjöri, smjörlíki eða ólífuolíu

2 laukar, smátt saxaðir

1 hvítlauksgeiri, pressaður

350 g/12oz/3 bollar kalt soðið lambahakk

125 g / 4 oz / 2 bollar ferskt hvítt brauðrasp

Salt og nýmalaður svartur pipar

4 tómatar, hvíthreinsaðir, afhýðir og skornir í sneiðar

Fyrir sósuna:

425 ml/¾ pt/lítil 2 bollar nýmjólk

40 g/3 matskeiðar af smjöri eða smjörlíki

45 ml/3 matskeiðar af venjulegu (allskyns) hveiti.

75 g/3 oz/¾ bolli Cheddar ostur, rifinn

1 eggjarauða

Moussaka með kartöflum

Fyrir 6-8

Undirbúið sem moussaka, en skiptið um eggaldin (aubergin) fyrir sneiðar soðnar kartöflur.

Fljótur moussaka

Fyrir 3-4

Fljótlegur valkostur með viðunandi bragði og samkvæmni.

1 eggaldin (eggaldin), ca 225 g

15 ml/1 matskeið af köldu vatni

300 ml/½ pkt/1 ¼ bolli af köldu mjólk

300 ml/½ pkt/1¼ bolli af vatni

1 pakki af instant kartöflumús til að bera fram 4

225g/8oz/2 bollar kalt soðið lambakjöt

5 ml/1 teskeið af þurrkuðum marjoram

5 ml/1 teskeið af salti

2 hvítlauksrif, mulin

3 tómatar, hvíthreinsaðir, afhýðir og skornir í sneiðar

150 ml/¼ pt./2/3 bolli af þykkri grískri náttúrujógúrt

1 egg

Salt og nýmalaður svartur pipar

50 g/½ bolli Cheddar ostur, rifinn

Afhýðið toppinn og hala eggaldinsins og skerið í tvennt eftir endilöngu. Setjið í grunnt fat, skerið hliðarnar upp og hellið köldu vatni yfir. Hyljið með plastfilmu og skerið það tvisvar til að gufa komist út. Eldið við háan hita í 5½–6 mínútur þar til það er meyrt. Setjið til hliðar í 2 mínútur, sigtið síðan. Hellið mjólkinni og vatni í skál og blandið saman við þurrkuðu kartöflurnar. Setjið disk yfir og eldið við háan hita í 6 mínútur. Blandið vel saman og bætið svo lambinu, marjoram, salti og hvítlauk út í. Skerið óafhýðið eggaldin í sneiðar. Raðið til skiptis lögum af eggaldinsneiðum og kartöflublöndu í smurt 2,25 lítra/4 skammta/10 bolla eldfast mót (hollenskur ofn), notaðu helminginn af tómatsneiðunum til að búa til "samlokufyllingu" í miðjunni. Hyljið með tómatsneiðunum sem eftir eru. Blandið jógúrtinni saman við eggið og kryddið eftir smekk. Setjið skeið ofan á tómatana og stráið osti yfir. Hyljið með filmu eins og áður. Eldið við háan hita í 7 mínútur. Afhjúpið og brúnið undir heitu grilli (broiler) áður en það er borið fram.

Malað lamb

Þjónar 4

Undirbúið sem Basic hakk, en setjið nautahakk í staðinn fyrir lambakjöt.

Hirðabaka

Þjónar 4

Undirbúið eins og fyrir grunnhakk, en skiptið nautakjöti út fyrir lambakjöt. Kældu niður í volgt hita, helltu síðan í smurt 1 lítra/1¾/4½ bolla kökuform. Stráið 750 g af heitri kartöflumús þeyttum með 15-30 ml/1-2 matskeiðar af smjöri eða smjörlíki og 60 ml/4 matskeiðar af heitri mjólk. Kryddið vel með salti og nýmöluðum svörtum pipar. Dreifið yfir kjötblönduna og maukið síðan með gaffli. Hitið aftur afhjúpað af fullum krafti í 2-3 mínútur eða brúnið undir heitu grilli (broiler).

Sveitalifur í rauðvíni

Þjónar 4

25 g/1 oz/2 matskeiðar smjör eða smjörlíki

2 laukar, rifnir

450 g lambalifur, skorin í mjóa strimla

15 ml/1 matskeið af venjulegu (allskyns) hveiti.

300 ml/½ pt/1¼ glas af rauðvíni

15 ml/1 matskeið af dökkmjúkum púðursykri

1 nautakjötsbollu teningur, mulinn

30 ml/2 matskeiðar af saxaðri steinselju

Salt og nýmalaður svartur pipar

Soðnar kartöflur með smjöri og léttsoðnu rifnu káli, til að bera fram

Setjið smjörið eða smjörlíkið í djúpt fat sem er 25 cm í þvermál. Bræðið afhjúpað á afþíðingarham í 2 mínútur. Hrærið lauknum og lifur saman við. Setjið disk yfir og eldið við háan hita í 5 mínútur. Blandið öllum hráefnunum sem eftir eru nema salti og pipar. Setjið disk yfir og eldið við háan hita í 6 mínútur, hrærið tvisvar. Setjið til hliðar í 3 mínútur. Kryddið eftir smekk og berið fram með soðnum kartöflum og káli.

Lifur og beikon

Fyrir 4-6

2 laukar, rifnir

8 sneiðar af beikoni, gróft saxaðar

450 g lambalifur, skorin í litla teninga

45 ml/3 matskeiðar af maísmjöli (maissterkju)

60 ml/4 matskeiðar af köldu vatni

150 ml/¼ pt./2/3 bolli sjóðandi vatn

Salt og nýmalaður svartur pipar

Setjið laukinn og beikonið í 1,75 lítra/3 skammta/7½ bolla eldfast mót (hollenskur ofn). Eldið án loks við háan hita í 7 mínútur, hrærið tvisvar. Blandið saman við lifur. Setjið disk yfir og eldið við háan hita í 8 mínútur, hrærið þrisvar sinnum. Blandið maísmjöli saman við köldu vatni til að fá slétt deig. Blandið saman við lifur og lauk og bætið síðan smám saman við sjóðandi vatn. Setjið disk yfir og eldið við háan hita í 6 mínútur, hrærið þrisvar sinnum. Setjið til hliðar í 4 mínútur. Kryddið eftir smekk og berið fram.

Lifur og beikon með eplum

Fyrir 4-6

Undirbúið eins og Lifur með beikoni, en í staðinn fyrir einn lauk skaltu skipta um 1 matar (eftirrétt) epli, afhýtt og rifið. Skiptið helmingnum af sjóðandi vatni út fyrir eplasafa við stofuhita.

Nýru í rauðvíni með brennivíni

Þjónar 4

6 lambalýrur

30 ml/2 matskeiðar af smjöri eða smjörlíki

1 laukur, smátt saxaður

30 ml/2 matskeiðar af venjulegu (allskyns) hveiti.

150 ml/¼ pt/2/3 bolli þurrt rauðvín

2 teningur af nautakjöti

50 g sveppir skornir í sneiðar

10 ml/2 tsk tómatmauk (mauk)

2,5 ml/½ teskeið af papriku

2,5 ml/½ teskeið af sinnepsdufti

30 ml/2 matskeiðar af saxaðri steinselju

30 ml/2 matskeiðar af brennivíni

Afhýðið nýrun og helmingið, skerið þau svo út með beittum hníf og fargið fræjunum. Skerið mjög þunnt. Bræðið helminginn af smjörinu, án loksins, á afþíðingarham í 1 mínútu. Hrærið nýrun saman við og setjið til hliðar. Setjið afganginn af smjörinu og lauknum í 1,5 lítra/2½/6 bolla pott. Eldið án loks við háan hita í 2 mínútur, hrærið einu sinni. Blandið hveitinu saman við og síðan víninu. Eldið án loks við háan hita í 3 mínútur, hrærið kröftuglega á hverri mínútu. Myljið bouillon teningana, blandið síðan sveppunum, tómatpúrru, papriku, sinnepi og nýrum saman við smjör eða smjörlíki. Blandið vandlega saman. Hyljið með plastfilmu og skerið það tvisvar til að gufa komist út. Eldið við háan hita í 5 mínútur, snúið pottinum einu sinni við. Settu til hliðar í 3 mínútur, afhjúpaðu síðan og stráðu steinselju yfir. Hitið brennivínið í bolla á fullri stillingu í 10-15 sekúndur. Hellið nýrnablöndunni og kveikið í. Berið fram þegar loginn minnkar.

Dádýrasteikur með ostrusveppum og gráðosti

Þjónar 4

Salt og nýmalaður svartur pipar

8 litlar villibráðsteikur

5 ml/1 tsk einiber, mulin

5 ml/1 teskeið af Provençal jurtum

30 ml / 2 matskeiðar ólífuolía

300 ml/½ pkt/1¼ bolli þurrt rauðvín

60 ml/4 matskeiðar af ríkulegu nautakrafti

60 ml/4 matskeiðar af gini

1 laukur, saxaður

225g/8oz ostrusveppir, snyrtir og sneiddir

250 ml/8 fl oz/1 bolli stakur (léttur) rjómi

30 ml/2 matskeiðar af rauðum rifsberjahlaupi (tær sulta)

60 ml/4 matskeiðar af gráðosti, mulinn

30 ml/2 matskeiðar af saxaðri steinselju

Kryddið leikinn eftir smekk og bætið síðan einiberjum og herbes de Provence út í. Hitið olíuna á pönnu við háan hita í 2 mínútur. Bætið steikunum út í og eldið óhult við háan hita í 3 mínútur, snúið einu sinni. Bætið við víni, seyði, gini, lauk, sveppum, rjóma og rifsberjahlaupi. Hyljið með plastfilmu og skerið það tvisvar til að gufa komist út. Eldið á meðalhita í 25 mínútur, snúið pottinum fjórum sinnum. Blandið ostinum saman við. Setjið ofnfasta plötu yfir og eldið við háan hita í 2 mínútur. Setjið til hliðar í 3 mínútur, afhjúpið síðan og berið fram, skreytt með steinselju.

.

Elda lítið pasta

Fylgdu leiðbeiningum um að elda stórt pasta, en eldið aðeins í 4-5 mínútur. Lokið og setjið til hliðar í 3 mínútur, sigtið síðan og berið fram.

Kínverskt núðlu- og sveppasalat með valhnetum

Þjónar 6

30 ml/2 matskeiðar af sesamolíu

175 g sveppir, skornir í sneiðar

250 g af þráðum eggjanúðlum

7,5 ml/1½ teskeið af salti

75 g/3 oz/¾ bolli saxaðar valhnetur

5 vorlaukar (sjalottar), saxaðir

30 ml/2 matskeiðar af sojasósu

Hitið olíuna afhjúpað í afþíðingarham í 2,5 mínútur. Bæta við sveppum. Setjið disk yfir og eldið við háan hita í 3 mínútur, hrærið tvisvar. Setja til hliðar. Setjið pastað í stóra skál og bætið við nógu miklu sjóðandi vatni til að það nái 2 tommum yfir pastað. Hrærið salti saman við. Eldið án loks við háan hita í 4-5 mínútur þar til pastað er bólgið og mjúkt. Sigtið og látið kólna. Bætið restinni af hráefnunum út í, þar á meðal sveppunum, og blandið vel saman.

Pipar Pasta

Þjónar 2

300 ml/½ pkt/1¼ bolli tómatsafi

125 g/1 bolli olnbogamakkarónur

5 ml/1 teskeið af salti

30 ml/2 matskeiðar af hvítvíni, hitað

1 lítil rauð eða græn paprika, fræhreinsuð og saxuð

45 ml/3 matskeiðar af ólífuolíu

75 g/3 oz/¾ bolli Gruyère (svissneskur) eða Emmenthal ostur, rifinn

30 ml/2 matskeiðar af saxaðri steinselju

Hellið tómatsafanum í 1,25 lítra/2¼ pt/5½ bolla ílát. Lokið með diski og hitið við háan hita í 3½-4 mínútur, þar til það er mjög heitt og freyðandi. Blandið saman öllu sem eftir er nema osti og steinselju. Lokið eins og áður og eldið við háan hita í 10 mínútur, hrærið tvisvar. Setjið til hliðar í 5 mínútur. Stráið osti og steinselju yfir. Hitið óhult á fullum krafti í um 1 mínútu, þar til osturinn bráðnar.

Fjölskyldu Pasta ostur

Fyrir 6-7

Til hægðarauka er þessi uppskrift ætluð fyrir stóra fjölskyldumáltíð en alla afganga má hita upp í lotum í örbylgjuofni.

350g/12oz/3 bollar af olnbogamakkarónum

10 ml/2 teskeiðar af salti

30 ml/2 matskeiðar af maísmjöli (maissterkju)

600 ml/1 skammtur/2½ bollar af köldu mjólk

1 egg, þeytt

10 ml/2 tsk af tilbúnu sinnepi

Nýmalaður svartur pipar

275 g/10 oz/2½ bollar Cheddar ostur, rifinn

Setjið pastað í djúpt fat. Hrærið salti og nóg af sjóðandi vatni út í til að það komi 2 tommum yfir pastað. Eldið án loks við háan hita í um það bil 10 mínútur þar til það er mjúkt, hrærið þrisvar sinnum. Tæmið ef þarf og setjið síðan til hliðar á meðan sósan er útbúin. Í sérstakri stórri skál, blandið maíssterkjunni á vökvaformi saman við smá kaldri mjólk og blandið svo restinni út í. Eldið án loks við háan hita í 6-7 mínútur þar til það þykknar, hrærið í hverri mínútu. Blandið saman eggi, sinnepi og pipar, síðan tveimur þriðju af ostinum og öllu pastanu. Blandið vandlega saman með gaffli. Dreifið jafnt í smurt 30 cm fat. Stráið restinni af ostinum ofan á. Hitið afhjúpað á fullum krafti í 4-5 mínútur. Ef þess er óskað, brúnið fljótt undir heitu grilli (broiler) áður en það er borið fram.

Klassískt ostapasta

Fyrir 4-5

Þessi útgáfa er aðeins ríkari en fjölskyldumakkarónuostur og hentar mörgum afbrigðum.

225 g/8 oz/2 bollar af olnbogamakkarónum

7,5 ml/1½ teskeið af salti

30 ml/2 matskeiðar af smjöri eða smjörlíki

30 ml/2 matskeiðar af venjulegu (allskyns) hveiti.

300 ml/½ pkt/1¼ bolli af mjólk

225 g/8 oz/2 bollar Cheddar ostur, rifinn

5–10 ml/1–2 tsk af tilbúnu sinnepi

Salt og nýmalaður svartur pipar

Setjið pastað í djúpt fat. Hrærið salti og nóg af sjóðandi vatni út í til að það komi 2 tommum yfir pastað. Eldið án loks við háan hita í 8-10 mínútur þar til það er mjúkt, hrærið tvisvar eða þrisvar sinnum. Sett í örbylgjuofn í 3-4 mínútur. Tæmið ef þarf og setjið síðan til hliðar á meðan sósan er útbúin. Bræðið smjörið eða smjörlíkið afhjúpað í afþíðingarham í 1-1,5 mínútur. Bætið hveitinu út í og bætið svo mjólkinni smám saman út í. Eldið án loks við háan hita í 6-7 mínútur þar til það þykknar, hrærið í hverri mínútu. Blandið tveimur þriðju af ostinum saman við, síðan sinnepi og kryddi, svo pastanu. Dreifið jafnt í 20 cm mót í þvermál. Stráið restinni af ostinum yfir. Hitið afhjúpað á fullum krafti í 3-4 mínútur. Ef þess er óskað, brúnið fljótt undir heitu grilli (broiler) áður en það er borið fram.

Ostapasta með Stilton

Fyrir 4-5

Undirbúið eins og fyrir klassískar makkarónur og ost, en setjið helminginn af Cheddar ostinum út fyrir 100 g / 3½ oz / 1 bolla af muldum Stilton.

Makkarónuostur með beikoni

Fyrir 4-5

Undirbúið eins og fyrir klassískar makkarónur og ost, en blandið saman við 6 sneiðar af beikoni, grillaðar (bakaðar) þar til þær verða stökkar, síðan molnar, með sinnepi og kryddi.

Pasta ostur með tómötum

Fyrir 4-5

Undirbúðu eins og þú myndir gera fyrir klassískar makkarónur og ost, en toppaðu pastað með lagi af tómatsneiðum úr um það bil 3 afhýddum tómötum áður en ostinum sem eftir er er stráð yfir.

Spaghetti carbonara

Þjónar 4

75 ml/5 matskeiðar af tvöföldum (þykkum) rjóma

2 stór egg

100 g/1 bolli parmaskinka, saxað

175 g/1½ bolli rifinn parmesan

350 g spaghetti eða annað stórt pasta

Þeytið rjóma og egg saman. Blandið saman skinkunni og 90 ml/6 matskeiðum af parmesanosti. Eldið spaghetti samkvæmt uppskriftinni. Tæmið og setjið í framreiðsluskál. Bætið rjómanum út í og blandið saman með tveimur trégafflum eða skeiðum. Setjið eldhúspappír yfir og hitið aftur á fullum krafti í 1,5 mínútur. Berið fram hvern skammt sem eftir er af parmesanosti yfir.

Pizzupasta

Fyrir 4-5

225 g/8 oz/2 bollar af olnbogamakkarónum

7,5 ml/1½ teskeið af salti

30 ml/2 matskeiðar af smjöri eða smjörlíki

30 ml/2 matskeiðar af venjulegu (allskyns) hveiti.

300 ml/½ pkt/1¼ bolli af mjólk

125 g/1 bolli Cheddar ostur, rifinn

125 g/1 bolli Mozzarella ostur, rifinn

5–10 ml/1–2 tsk af tilbúnu sinnepi

Salt og nýmalaður svartur pipar

212 g/7 oz/1 lítil dós túnfiskur í olíu, tæmd og geymd

12 frælausar svartar ólífur, skornar í sneiðar

1 niðursoðinn pimiento pipar, skorinn í sneiðar

2 tómatar, hvíthærðir, skrældir og saxaðir gróft

5–10 ml/1–2 tsk af rauðu eða grænu pestói (valfrjálst)

Basil lauf, til skrauts

Setjið pastað í djúpt fat. Hrærið salti og nóg af sjóðandi vatni út í til að það komi 2 tommum yfir pastað. Eldið án loks við háan hita í 8-10 mínútur þar til það er mjúkt, hrærið tvisvar eða þrisvar sinnum. Sett í örbylgjuofn í 3-4 mínútur. Tæmið ef þarf og setjið síðan til hliðar á meðan sósan er útbúin. Bræðið smjörið eða smjörlíkið afhjúpað í afþíðingarham í 1-1,5 mínútur. Bætið hveitinu út í og bætið svo mjólkinni smám saman út í. Eldið án loks við háan hita í 6-7 mínútur þar til það þykknar, hrærið í hverri mínútu. Hrærið tveimur þriðju af hverjum osti saman við, síðan sinnepinu og kryddinu. Blandið saman pasta, túnfiski, 15 ml/1 msk túnfiskolíu, ólífum, pimiento, tómötum og pestói, ef það er notað. Dreifið jafnt í 20 cm mót í þvermál. Stráið restinni af ostunum yfir. Hitið afhjúpað á fullum krafti í 3-4 mínútur. ef þér líkaði það,

Spaghettíkrem með vorlauk

Þjónar 4

150 ml/¼ pt/2/3 bolli tvöfaldur (þungur) rjómi

1 eggjarauða

150 g/5 oz/1¼ bolli rifinn parmesanostur

8 vorlaukar (sjalottar), smátt saxaðir

Salt og nýmalaður svartur pipar

350 g spaghetti eða annað stórt pasta

Þeytið rjómann, eggjarauðuna, 45 ml/3 matskeiðar af parmesan og vorlauk. Kryddið vel eftir smekk. Eldið spaghetti samkvæmt uppskriftinni. Tæmið og setjið í framreiðsluskál. Bætið rjómanum út í og blandið saman með tveimur trégafflum eða skeiðum. Setjið eldhúspappír yfir og hitið aftur á fullum krafti í 1,5 mínútur. Bjóðið afganginn af parmesanosti sérstaklega.

Spaghetti Bolognese

Fyrir 4-6

450 g/1 lb/4 bolli magurt nautahakk

1 hvítlauksgeiri, pressaður

1 stór laukur, rifinn

1 græn paprika, frælaus og smátt skorin

5 ml/1 teskeið af ítölsku kryddi eða blöndu af þurrkuðum kryddjurtum

400g/14oz/1 stór dós hakkaðir tómatar

45 ml/3 matskeiðar af tómatmauki (mauk)

1 nautakjötsbollu teningur

75 ml/5 matskeiðar af rauðvíni eða vatni

15 ml/1 matskeið af dökkmjúkum púðursykri

5 ml/1 teskeið af salti

Nýmalaður svartur pipar

350 g nýsoðið og tæmt spaghetti eða annað pasta

Rifinn parmesanostur

Blandið nautakjöti og hvítlauk saman í 1,75 lítra/3 skammta/7½ bolla pott. Eldið án loks við háan hita í 5 mínútur. Blandið öllum hráefnunum sem eftir eru nema salti, pipar og spaghetti. Setjið disk yfir og eldið við háan hita í 15 mínútur, hrærið fjórum sinnum með gaffli til að brjóta kjötið í sundur. Setjið til hliðar í 4 mínútur. Kryddið með salti og pipar eftir smekk og berið fram með spaghetti. Berið parmesanostinn fram sérstaklega.

Spaghetti með kalkún Bolognese sósu

Þjónar 4

Undirbúið eins og fyrir Spaghetti Bolognese, en skiptið nautakjötinu út fyrir kalkúnhakk.

spaghetti með ragu sósu

Þjónar 4

Hefðbundin og hagkvæm sósa, fyrst notuð í Englandi í Soho traktóríum rétt eftir seinni heimsstyrjöldina.

20 ml/4 teskeiðar af ólífuolíu

1 stór laukur, smátt saxaður

1 hvítlauksgeiri, pressaður

1 lítil gulrót, rifin

250g/8oz/2 bollar magurt nautahakk

10 ml/2 teskeiðar af venjulegu (allskyns) hveiti.

15 ml/1 matskeið af tómatpúrru (mauk)

300 m/½ pt/1¼ bolli nautakraftur

45 ml/3 matskeiðar af þurru hvítvíni

1,5 ml/¼ teskeið af þurrkuðu basilíku

1 lítið lárviðarlauf

175 g sveppir, saxaðir gróft

Salt og nýmalaður svartur pipar

350 g nýsoðið og tæmt spaghetti eða annað pasta

Rifinn parmesanostur

Setjið olíu, lauk, hvítlauk og gulrót í 1,75 lítra/3 skammta/7½ bolla pott. Hitið, afhjúpað, á fullu afli í 6 mínútur. Bætið við öllu sem eftir er nema salti, pipar og spaghettí. Setjið disk yfir og eldið við háan hita í 11 mínútur, hrærið þrisvar sinnum. Setjið til hliðar í 4 mínútur. Kryddið með salti og pipar, fjarlægið lárviðarlaufið og berið fram með spaghetti. Berið parmesanostinn fram sérstaklega.

spaghetti með smjöri

Þjónar 4

350 g af pasta

60 ml/4 matskeiðar af smjöri eða ólífuolíu

Rifinn parmesanostur

Eldið pastað samkvæmt leiðbeiningum. Tæmið og setjið í stórt fat með smjöri eða ólífuolíu. Blandið saman með tveimur skeiðum þar til pastað er vel húðað. Setjið á fjóra heita diska og stráið rifnum parmesan yfir hvern.

Pasta með hvítlauk

Þjónar 4

350 g af pasta

2 hvítlauksrif, mulin

50 g smjör

10 ml/2 tsk af ólífuolíu

30 ml/2 matskeiðar af saxaðri steinselju

Rifinn parmesanostur

Ruccola eða radicchio lauf, saxuð

Eldið pastað samkvæmt leiðbeiningum. Hitið hvítlauk, smjör og olíu við háan hita í 1,5 mínútur. Hrærið steinselju saman við. Hellið pastanu af og setjið í framreiðsluskál. Bætið hvítlauksblöndunni saman við og blandið öllu saman með tveimur tréskeiðum. Berið fram strax, parmesanosti stráð yfir og skreytt með söxuðum rucola eða radicchio laufum.

Spaghetti með nautakjöti og Bolognese sósu með blönduðu grænmeti

Þjónar 4

30 ml / 2 matskeiðar ólífuolía

1 stór laukur, smátt saxaður

2 hvítlauksrif, mulin

4 sneiðar (sneiðar) af beikoni, saxaðar

1 sellerístilkur, saxaður

1 gulrót, rifin

125 g sveppir, skornir í þunnar sneiðar

225 g/8 oz/2 bollar magurt malað nautakjöt

30 ml/2 matskeiðar af venjulegu (allskyns) hveiti.

1 glas af þurru rauðvíni

150 ml/¼ stk./2/3 bolli passata (maukaðir tómatar)

60 ml/4 matskeiðar af nautakrafti

2 stórir tómatar, hvíthærðir, skrældir og saxaðir

15 ml/1 matskeið af dökkmjúkum púðursykri

1,5 ml/¼ teskeið af rifnum múskat

15 ml/1 matskeið af söxuðum basilíkulaufum

Salt og nýmalaður svartur pipar

350 g nýsoðið og tæmt spaghetti

Rifinn parmesanostur

Setjið olíu, lauk, hvítlauk, beikon, sellerí og gulrætur í 2 lítra, 8½ bolla pott. Bætið við sveppum og kjöti. Eldið óhult við háan hita í 6 mínútur, hrærið tvisvar með gaffli til að brjóta kjötið í sundur. Blandið öllum hráefnunum sem eftir eru nema salti, pipar og spaghetti. Setjið disk yfir og eldið við háan hita í 13-15 mínútur, hrærið þrisvar sinnum. Setjið til hliðar í 4 mínútur. Kryddið með salti og pipar og berið fram með pasta. Berið parmesanostinn fram sérstaklega.

Spaghetti með kjötsósu og rjóma

Þjónar 4

Útbúið eins og spaghetti með Bolognese sósu með nautakjöti og blönduðu grænmeti, en blandið að lokum saman við 30-45 ml/2-3 matskeiðar af tvöföldum (þungum) rjóma.

Spaghetti með Marsala kjötsósu

Þjónar 4

Undirbúið eins og fyrir spaghetti með Bolognese sósu með nautakjöti og grænmeti, en skiptið víninu út fyrir Marsala og bætið að lokum 45 ml/3 msk af marscapone osti út í.

Pasta alla Marinara

Þjónar 4

Það þýðir "sjávarstíll" og kemur frá Napólí.

30 ml / 2 matskeiðar ólífuolía

3–4 hvítlauksrif, mulin

8 stórir tómatar, hvítaðir, skrældir og saxaðir

5 ml/1 tsk af fínsaxaðri myntu

15 ml/1 matskeið af fínsöxuðum basilíkulaufum

Salt og nýmalaður svartur pipar

350 g nýsoðið og tæmt pasta

Til að bera fram rifinn pecorino eða parmesanostur

Setjið allt hráefni nema pasta í 1,25 lítra/2¼ pt/5½ bolla pott. Setjið disk yfir og eldið við háan hita í 6-7 mínútur, hrærið þrisvar sinnum. Berið fram yfir pasta og toppið með pecorino eða parmesanosti sérstaklega.

Matriciana pasta

Þjónar 4

Rustic pastasósa frá miðhluta Abruzzo héraði á Ítalíu.

30 ml / 2 matskeiðar ólífuolía

1 laukur, saxaður

5 sneiðar (sneiðar) af óreyktu beikoni, gróft saxað

8 tómatar, hvítaðir, skrældir og saxaðir

2–3 hvítlauksrif, mulin

350 g nýsoðið og tæmt pasta

Til að bera fram rifinn pecorino eða parmesanostur

Setjið allt hráefni nema pasta í 1,25 lítra/2¼ pt/5½ bolla pott. Setjið disk yfir og eldið við háan hita í 6 mínútur, hrærið tvisvar. Berið fram yfir pasta og toppið með pecorino eða parmesanosti sérstaklega.

Pasta með túnfiski og kapers

Þjónar 4

15 ml/1 matskeið af smjöri

200 g/1 lítil dós af túnfiski í olíu

60 ml/4 matskeiðar af grænmetissoði eða hvítvíni

15 ml/1 matskeið af kapers, saxað

30 ml/2 matskeiðar af saxaðri steinselju

350 g nýsoðið og tæmt pasta

Rifinn parmesanostur

Setjið smjörið í 600ml/1 skammta/2½ bolla pott og bræðið afhjúpað í afþíðingarham í 1½ mínútu. Bætið innihaldinu úr túnfiskdósinni út í og myljið fiskinn. Hrærið seyði eða víni, kapers og steinselju saman við. Lokið með diski og hitið við háan hita í 3-4 mínútur. Berið fram yfir pasta og toppið með parmesanosti sérstaklega.

Pasta Napoletana

Þjónar 4

Þessi eyðslusama tómatsósa frá Napólí með heitu og litríku bragði er best gerð á sumrin, þegar nóg er af tómötum.

8 stórir þroskaðir tómatar, hvíthærðir, skrældir og grófsaxaðir

30 ml / 2 matskeiðar ólífuolía

1 laukur, saxaður

2–4 hvítlauksrif, mulin

1 sellerístilkur, smátt saxaður

15 ml/1 matskeið af söxuðum basilíkulaufum

10 ml/2 tsk ljós mjúkur púðursykur

60 ml/4 matskeiðar af vatni eða rauðvíni

Salt og nýmalaður svartur pipar

30 ml/2 matskeiðar af saxaðri steinselju

350 g nýsoðið og tæmt pasta

Rifinn parmesanostur

Setjið tómata, olíu, lauk, hvítlauk, sellerí, basil, sykur og vatn eða vín í 1,25 lítra/2¼ pt/5½ bolla pott. Blandið vel saman. Setjið disk yfir og eldið við háan hita í 7 mínútur, hrærið tvisvar. Kryddið eftir smekk og blandið síðan saman við steinselju. Berið fram strax með pasta og toppið með parmesanosti sérstaklega.

Pizzaiola pasta

Þjónar 4

Undirbúið sem Pasta Napoletana, en fjölgaðu tómötunum í 10, slepptu lauknum, selleríinu og vatni og notaðu tvöfalt magn af steinselju. Bætið 15 ml/1 matskeið af fersku eða 2,5 ml/½ teskeið af þurrkuðu oregano ásamt steinseljunni.

Pasta með baunum

Þjónar 4

Undirbúið sem Pasta Napoletana, en bætið 125 g af grófsöxuðu skinku og 175 g af ferskum ertum út í tómatana með afganginum. Eldið í 9-10 mínútur.

Pasta með kjúklingalifrasósu

Þjónar 4

225 g kjúklingalifur

30 ml/2 matskeiðar af venjulegu (allskyns) hveiti.

15 ml/1 matskeið af smjöri

15 ml/1 matskeið af ólífuolíu

1–2 hvítlauksrif, mulin

125 g sveppir, skornir í sneiðar

150 ml/¼ pt./2/3 bolli af heitu vatni

150 ml/¼ pt/2/3 bolli þurrt rauðvín

Salt og nýmalaður svartur pipar

350 g nýsoðið og tæmt pasta

Pasta Með Ansjósu

Þjónar 4

30 ml / 2 matskeiðar ólífuolía

15 ml/1 matskeið af smjöri

2 hvítlauksrif, mulin

50 g/2 oz/1 lítil dós af ansjósuflökum í olíu

45 ml/3 matskeiðar af saxaðri steinselju

2,5 ml/½ teskeið af þurrkuðu basilíku

Nýmalaður svartur pipar

350 g nýsoðið og tæmt pasta

Setjið olíuna, smjörið og hvítlaukinn í 600 ml/1 stykki/2½ bolla pott. Saxið ansjósurnar og bætið olíunni úr dósinni út í. Blandið saman við steinselju, basil og pipar eftir smekk. Setjið disk yfir og eldið við háan hita í 3-3½ mínútur. Berið fram strax með pasta.

Ravioli með sósu

Þjónar 4

350g/12oz/3 bollar ravioli

Eldið eins og stórt pasta, berið síðan fram með hvaða tómatsósu sem er að ofan.

Tortellini

Þjónar 4

Settu til hliðar um 250 g af keyptu tortellini og eldaðu það sem stórt ferskt eða þurrkað pasta. Tæmið vel, bætið við 25 g af ósöltuðu (sættu) smjöri og blandið vel saman. Berið fram hvern skammt með rifnum parmesanosti yfir.

Lasagna

Fyrir 4-6

45 ml/3 matskeiðar af heitu vatni

Spaghetti Bolognese sósa

9-10 blöð af venjulegu, grænu (verdi) eða brúnu (heilkorni) lasagna, engin þörf á foreldun

ostasósa

25 g/1 oz/¼ bolli rifinn parmesanostur

30 ml/2 matskeiðar af smjöri

Rifinn múskat

Olía eða smjör í ferhyrndu fati með þvermál 20 cm. Bætið heitu vatni við Bolognese sósuna. Setjið lag af lasagneplötum á botninn á fatinu, síðan lag af Bolognese sósu, svo lag af ostasósu. Haltu áfram að setja í lag og endaðu með ostasósunni. Stráið parmesan yfir, dreypið smjöri yfir og stráið múskat yfir. Eldið án loks í 15 mínútur, snúið pottinum tvisvar. Setjið til hliðar í 5 mínútur, haltu síðan áfram að elda í 15 mínútur í viðbót, eða þar til lasagnið er mjúkt þegar það er stungið í gegnum miðjuna. (Eldunartími er breytilegur eftir upphafshitastigi sósanna tveggja.)

Pizza Napoletana

Gerir 4

Örbylgjuofninn gerir frábært starf við að búa til pizzur, sem minnir á þær sem finnast um Ítalíu, sérstaklega í Napólí.

30 ml / 2 matskeiðar ólífuolía

2 laukar, skrældir og smátt saxaðir

1 hvítlauksgeiri, pressaður

150 g/2/3 bolli tómatmauk (mauk)

Basic hvítt eða brúnt brauðdeig

350 g/12 oz/3 bollar mozzarella ostur, rifinn

10 ml/2 teskeiðar af þurrkuðu oregano

50 g/2 oz/1 lítil dós af ansjósuflökum í olíu

Steikið olíuna, laukinn og hvítlaukinn, án loks, við háan hita í 5 mínútur, hrærið tvisvar. Blandið saman við tómatpúrru og setjið til hliðar. Skiptið deiginu jafnt í fjóra hluta. Rúllið hverjum bita í kringlótta köku sem er nógu stór til að þekja smurða og hveitistráða flata plötu með 20 cm þvermál. Leggið eldhúspappír yfir og setjið til hliðar í 30 mínútur. Dreifið hverri með tómatblöndu. Blandið ostinum saman við oregano og stráið jafnt yfir hverja pizzu. Skreytið með ansjósum. Bakið eitt í einu, þakið eldhúspappír, við háan hita í 5 mínútur, snúið tvisvar. Borðaðu strax.

Pizza Margherita

Gerir 4

Undirbúið eins og fyrir Napoletana pizzu, en notaðu þurrkaða basilíku í staðinn fyrir oregano og slepptu ansjósunum.

Sjávarréttapizzu

Gerir 4

Undirbúðu eins og fyrir Napoletana pizzu. Þegar búið er að elda, berið fram með rækjum (rækjum), samlokum, kræklingi o.fl.

Sikileysk pizza

Gerir 4

Undirbúðu eins og fyrir Napoletana pizzu. Þegar þær eru soðnar, setjið 18 litlar svartar ólífur á milli ansjósanna.

Pizza með sveppum

Gerir 4

Undirbúið eins og fyrir Napoletana pizzu, en áður en osti og kryddjurtum er bætt út í, stráið 100 g af þunnt sneiðum sveppum yfir tómatblönduna. Eldið í 30 sekúndur til viðbótar.

Pizza með skinku og ananas

Gerir 4

Undirbúið eins og fyrir Pizza Napoletana, en áður en ostinum og kryddjurtunum er bætt út í, stráið tómatblöndunni yfir 125g/1 bolla af söxuðu skinku. Saxið 2 niðursoðnar ananassneiðar og stráið þeim ofan á pizzuna. Eldið í 45 sekúndur til viðbótar.

Pepperoni pizzur

Gerir 4

Undirbúið eins og fyrir Napoletana pizzu, en setjið 6 þunnar sneiðar af pepperoni á hverja pizzu.

Möndlur í smjörflögum

Frábær viðbót við sæta og salta rétti.

15 ml/1 matskeið af ósöltuðu (sættu) smjöri

50 g / 2 oz / ½ bolli flögaðar (hakkaðar) möndlur

Einfalt eða bragðbætt salt eða fínn sykur

Setjið smjörið í grunnt 20 cm fat. Bræðið afhjúpað við háan hita í 45-60 sekúndur. Bætið möndlunum út í og eldið án loks við háan hita í 5-6 mínútur þar til þær eru gullinbrúnar, hrærið og snúið á hverri mínútu. Stráið salti yfir til að strá krydduðum réttum yfir, flórsykri fyrir sætt.

Möndluflögur í hvítlaukssmjöri

Undirbúið eins og þegar um möndluflögur er að ræða með smjöri, en notið keypt hvítlaukssmjör. Þetta er glæsileg viðbót við rétti eins og kartöflumús og einnig er hægt að bæta við rjómalöguðum súpum.

Þurrkaðar kastaníuhnetur

Örbylgjuofn gerir þér kleift að elda og nota þurrkaðar kastaníuhnetur á innan við 2 klukkustundum án þess að liggja í bleyti yfir nótt og síðan elda lengur. Einnig hefur erfiðisvinnan við að afhýða þegar verið unnin fyrir þig.

Þvoið 250 g/2 bolla af þurrkuðum kastaníuhnetum. Setjið í 1,75 lítra/3 skammta/7½ bolla ílát. Blandið saman við 600 ml/1 skammt/2½ bolla af sjóðandi vatni. Setjið disk yfir og eldið við háan hita í 15 mínútur, snúið pottinum þrisvar sinnum. Standið í örbylgjuofni í 15 mínútur.

Endurtaktu með sama eldunar- og biðtíma. Afhjúpaðu, bætið við öðrum 150 ml/¼ pt/2/3 bolli af sjóðandi vatni og blandið saman. Lokið eins og áður og eldið við háan hita í 10 mínútur, hrærið tvisvar. Látið standa í 15 mínútur fyrir notkun.

Þurrkandi jurtir

Ef þú ert að rækta þínar eigin jurtir en átt í erfiðleikum með að þurrka þær í rakt og ófyrirsjáanlegt loftslag mun örbylgjuofninn þinn vinna verkið fyrir þig á áhrifaríkan, skilvirkan og hreinan tíma á skömmum tíma, svo að árleg uppskera þín njóti þín yfir vetrarmánuðina. Hver jurtaafbrigði ætti að þurrka sérstaklega til að halda bragðinu ósnortnu. Ef þú vilt seinna geturðu búið til þínar eigin blöndur með því að blanda nokkrum þurrkuðum kryddjurtum saman.

Byrjaðu á því að klippa jurtirnar af runnum sínum með skurðum eða skærum. Fjarlægðu blöðin (ef um er að ræða rósmarín, nálarnar) af stilkunum og settu þau lauslega í 300 ml mælikönnu, fylltu hana næstum upp í topp. Flyttu yfir í sigti (síu) og skolaðu hratt og varlega undir köldu rennandi vatni. Tæmdu vandlega og þurrkaðu síðan á milli brjóta á hreinu, þurru eldhúsþurrku (diskklút). Sett á tvöfalt þykkan eldhúspappír sem settur er beint á örbylgjuofnplötuna. Hitið afhjúpað við háan hita í 5-6 mínútur, hreyfðu kryddjurtirnar varlega á pappírinn tvisvar eða þrisvar sinnum. Um leið og þau hljóma eins og ylja haustlaufa og missa ljósgrænan lit má gera ráð fyrir að jurtirnar séu þurrar. Ef ekki, haltu áfram að hita í 1-1½ mínútu. Takið úr ofninum og látið kólna. Myljið þurrkuðu kryddjurtirnar með því að nudda þeim á milli handanna. Flyttu yfir í loftþéttar krukkur með korkum og merkimiðum. Geymið fjarri björtu ljósi.

Krumla brauðrasp

Hágæða, ljós brauðrasp - ólíkt marigold-gulu pokunum - er fullkomlega útbúið í örbylgjuofni og verður stökkt og krumma án þess að brúnast. Brauð getur verið ferskt eða gamalt, en ferskt brauð tekur aðeins lengri tíma að þorna. Myljið 3½ stórar sneiðar af hvítu eða brúnu brauði með skorpu í fína mola. Dreifið molunum í grunnt 25 cm fat. Eldið óhult við háan hita í 5-6 mínútur, hrærið fjórum sinnum, þar til molarnir eru þurrir og stökkir. Látið kólna, hrærið af og til, geymið síðan í loftþéttu umbúðum. Þeir munu geymast nánast endalaust á köldum stað.

Hnetuhamborgarar

Gerir 12

Þetta er ekkert nýtt, sérstaklega fyrir grænmetisætur og vegan, en samsetning hnetanna gefur þessum hamborgurum einstakt bragð og stökk áferðin er ekki síður girnileg. Þær má bera fram volgar með sósu, kaldar með salati og majónesi, helminga lárétta og sem fyllingu í samlokur eða sem sjálfstætt snarl.

30 ml/2 matskeiðar af smjöri eða smjörlíki

125 g / 4 oz / 1 bolli óafhýddar heilar möndlur

125 g/4 oz/1 bolli pecan bitar

125 g/1 bolli kasjúhnetubitar, ristaðir

125 g / 4 oz / 2 bollar ferskt mjúkt brúnt brauðrasp

1 meðalstór laukur, rifinn

2,5 ml / ½ teskeið af salti

5 ml/1 teskeið af tilbúnu sinnepi

30 ml / 2 matskeiðar af kaldri mjólk

Bræðið smjörið eða smjörlíkið, án loks, við háan hita í 1-1½ mínútu. Myljið hneturnar frekar fínt í blandara eða matvinnsluvél. Fargið og blandið saman við afganginn af hráefninu, þar á meðal smjöri eða smjörlíki. Skiptið í 12 jafna hluta og mótið sporöskjulaga. Raðið í kringum brúnina á stórum, smurðri plötu. Eldið án loks við háan hita í 4 mínútur, snúið einu sinni. Setjið til hliðar í 2 mínútur.

Hnetukaka

Fyrir 6-8

Undirbúið eins og fyrir hnetuborgara, en skiptið út möndlum, pekanhnetum og kasjúhnetum fyrir 350 g/3 bolla af möluðum blönduðum hnetum að eigin vali. Mótið hringlaga köku með 20 cm þvermál og leggið á smurða bökunarplötu. Eldið án loks við háan hita í 3 mínútur. Setjið til hliðar í 5 mínútur, eldið síðan við háan hita í 2,5 mínútur í viðbót. Setjið til hliðar í 2 mínútur. Berið fram heitt eða kalt, skorið í fernt.

Bókhveiti

Þjónar 4

Einnig þekktur sem Saracen maís og innfæddur í Rússlandi, bókhveiti er ekki skylt neinu öðru korni. Það er lítill ávöxtur af ljúflyktandi bleikri blómplöntu sem tilheyrir bryggjufjölskyldunni. Grunnurinn á blinis (eða rússneskum pönnukökum), kornið er næringarríkt, jarðbundið hráefni og er hollt í staðinn fyrir kartöflur með kjöti og alifuglum.

175 g/6 oz/1 bolli bókhveiti

1 egg, þeytt

5 ml/1 teskeið af salti

750 ml/1¼ punktar/3 bollar af sjóðandi vatni

Blandið saman bókhveiti og eggi í 2 L/3½ pt/8½ bolla potti. Ristað brauð, afhjúpað, af fullum krafti í 4 mínútur, hrært og brotið með gaffli á hverri mínútu. Bætið við salti og vatni. Setjið á disk í örbylgjuofni ef það leki og eldið óhult á fullum krafti í 22 mínútur, hrærið fjórum sinnum. Hyljið með diski og setjið til hliðar í 4 mínútur. Vefjið gaffalinn áður en hann er borinn fram.

búlgarska

Fyrir 6-8

Þetta korn, einnig kallað burghal, burghul eða sprungið hveiti, er ein af grunnafurðum Miðausturlanda. Það er nú mikið fáanlegt í matvöruverslunum og heilsubúðum.

225 g/8 oz/1¼ búlgarskur bolli

600 ml/1 skammtur/2½ bollar af sjóðandi vatni

5–7,5 ml/1–1½ teskeið af salti

Settu rúlluna í 1,75 lítra/3 skammta/7½ bolla ílát. Ristað brauð, afhjúpað, á fullum krafti í 3 mínútur, hrært á hverri mínútu. Hellið sjóðandi vatni og salti. Hyljið með diski og setjið til hliðar í 6-15 mínútur, allt eftir því hvers konar bulgar er notað, þar til kornið er al dente, eins og pasta. Þeytið með gaffli og borðið heitt eða kalt.

Búlgarska með steiktum lauk

Þjónar 4

1 laukur, rifinn

15 ml/1 matskeið af ólífuolíu eða sólblómafræjum

1 búlgarskt magn

Setjið laukinn og olíuna í lítinn pott. Eldið án loks við háan hita í 4 mínútur, hrærið þrisvar sinnum. Bætið við soðna búlgarann á sama tíma og vatni og salti.

Tabbouleh

Þjónar 4

Dökkgrænn á litinn með steinselju, þessi réttur leiðir hugann að Líbanon og er eitt girnilegasta salat sem hægt er að hugsa sér, hið fullkomna meðlæti við marga rétti, allt frá grænmetisvalhnetukótilettum til lambakeiktra. Það gerir líka aðlaðandi forrétt, raðað á salat á einstaka diska.

1 búlgarskt magn

120–150 ml/½–2/3 bolli smátt skorin steinselja

30 ml/2 matskeiðar af söxuðum myntulaufum

1 meðalstór laukur, fínt rifinn

15 ml/1 matskeið af ólífuolíu

Salt og nýmalaður svartur pipar

Salatblöð

Tómatar í teningum, agúrka í teningum og svartar ólífur til skrauts

Eldið bulgar samkvæmt uppskriftinni. Færið helminginn af skammtinum í skál og blandið saman við steinselju, myntu, lauk, olíu og nóg af salti og pipar eftir smekk. Þegar það kólnar skaltu setja á salatblöðin og skreyta með aðlaðandi viðbótum. Notaðu restina af bulgaranum eins og þú vilt.

Sultana salat

Þjónar 4

Persónulegt uppáhald, toppað með bitum af fetaosti og borið fram með pittabrauði gerir fullkomna máltíð.

1 búlgarskt magn

1–2 hvítlauksrif, mulin

1 gulrót, rifin

15 ml/1 matskeið af söxuðum myntulaufum

60 ml/4 matskeiðar af saxaðri steinselju

Safi úr 1 stórri sítrónu, síaður

45 ml / 3 matskeiðar ólífuolía eða sólblómaolía eða blanda af hvoru tveggja

Grænmetis salat

Ristar möndlur og grænar ólífur til skrauts

Eldið bulgarinn samkvæmt leiðbeiningunum og blandið síðan hvítlauk, gulrót, myntu, steinselju, sítrónusafa og olíu saman við. Setjið á disk klæddan grænu salati og skreytið með ristuðum möndlum og grænum ólífum.

kúskús

Þjónar 4

Kúskús er bæði korn og nafn á norður-afrískri kjöt- eða grænmetissoð. Gert úr durum hveiti semolina (rjóma af hveiti), það lítur út eins og pínulitlar, fullkomlega ávalar perlur. Það var áður handsmíðað af dyggum og hæfileikaríkum heimakokkum, en nú kemur það í pökkum og er hægt að elda það á skömmum tíma þökk sé franskri tækni sem útilokar vinnufreka og hæga gufu. Hægt er að nota kúskús til að koma í stað hvers kyns bulgarrétta (bls. 209–210).

Keypti kúskús 250g/9oz/1½ bollar

300 ml/½ pkt/1¼ bolli sjóðandi vatn

5–10 ml/1–2 tsk af salti

Setjið kúskúsið í 1,75 lítra pott og ristið afhjúpað við háan hita í 3 mínútur og hrærið í hverri mínútu. Bætið við vatni og salti og notið gaffal. Setjið disk yfir og eldið við háan hita í 1 mínútu. Látið standa í örbylgjuofni í 5 mínútur. Þeytið með gaffli áður en það er borið fram.

Grjón

Þjónar 4

Grits (hominy grits) er næstum hvítt norður-amerískt maís byggt á korn. Það er borðað með heitri mjólk og sykri eða með smjöri og salti og pipar. Það fæst í sérhæfðum matvöruverslunum eins og Harrods í London.

150g/5oz/lítill 1 bolli grjón

150 ml/¼ pt./2/3 bolli af köldu vatni

600 ml/1 skammtur/2½ bollar af sjóðandi vatni

5 ml/1 teskeið af salti

Settu grjónin í 2,5 lítra/4½ pt/11 bolla skál. Blandið mjúklega saman við köldu vatni, bætið síðan sjóðandi vatni og salti út í. Eldið án loks við háan hita í 8 mínútur, hrærið fjórum sinnum. Leggið disk yfir og setjið til hliðar í 3 mínútur áður en það er borið fram.

Gnocchi alla Romana

Þjónar 4

Gnocchi má oft finna á ítölskum veitingastöðum þar sem hann er mjög vinsæll. Hann er næringarríkur og heill hádegis- eða kvöldmatsréttur með salati og notar hagkvæmt hráefni.

600 ml/1 skammtur/2½ bollar af köldu mjólk

150 g semolina (hveitikrem)

5 ml/1 teskeið af salti

50 g smjör eða smjörlíki

75 g/3 oz/¾ bolli rifinn parmesanostur

2,5 ml/½ teskeið af meginlands sinnepi

1,5 ml/¼ teskeið af rifnum múskat

1 stórt egg, þeytt

Blandað salat

Tómatsósa (catsup)

Blandið helmingnum af köldu mjólkinni og semolina vel saman í 1,5 lítra/2½ pt/6 bolla ílát. Hitið afganginn af mjólkinni, án loks, við háan hita í 3 mínútur. Blandið saman við semolina og salti. Eldið án loks við háan hita í 7 mínútur þar til það er mjög þykkt, hrærið fjórum eða fimm sinnum til að blandan verði slétt. Takið úr örbylgjuofninum og blandið helmingnum af smjörinu, helmingnum af ostinum og öllu sinnepi, múskati og eggi saman við. Eldið án loks á fullum krafti í 1 mínútu. Hyljið með diski og setjið til hliðar í 1 mínútu. Setjið í grunnt ferningsform sem er 23 cm í þvermál smurt með olíu eða smjöri. Hyljið lauslega með eldhúspappír og látið standa á köldum stað þar til það harðnar og harðnar. Skerið í 2,5 cm ferninga. Sett í kringlótt fat með þvermál 23 cm/9 smurt í skarast hringi. Stráið restinni af ostinum yfir, dreypið restinni af smjörinu yfir og hitið í heitum ofni í 15 mínútur þar til hann er gullinbrúnn.

Gnocchi skinka

Þjónar 4

Undirbúið sem Gnocchi alla Romana, en bætið 75 g/3 oz/¾ bolli af saxaðri parmaskinku út í með volgri mjólk.

Hirsi

Fyrir 4-6

Skemmtilegt og viðkvæmt korn, skylt sorghum, sem er óhefðbundinn staðgengill fyrir hrísgrjón. Þegar það er borðað með belgjurtum (baunum, baunum og linsubaunum) er það vel jafnvægi, próteinrík máltíð.

175 g/6 oz/1 bolli hirsi

750 ml/1¼ punktar/3 bollar af sjóðandi vatni eða seyði

5 ml/1 teskeið af salti

Settu hirsi í 2 L/3½ pt/8½ bolla pott. Ristað, afhjúpað, við háan hita í 4 mínútur, hrært tvisvar. Blandið vatni og salti. Stattu á diski ef leki er. Eldið við háan hita án loks í 20-25 mínútur þar til allt vatnið er frásogast. Þeytið með gaffli og borðið strax.

Polenta

Þjónar 6

Ljósgult korn úr maís, svipað og semolina (hveitikrem), en grófara. Það er aðal sterkjuvara á Ítalíu og Rúmeníu, þar sem það nýtur mikillar virðingar og er oft borðað sem viðbót við kjöt, alifugla, eggja- og grænmetisrétti. Undanfarin ár hefur þetta orðið að tísku sérgrein veitingahúsa, oft skorið í ferninga og borið fram grillað (bakað) eða steikt (steikt) með spagettílíkum sósum.

150 g/5 oz/¾ bolli polenta

5 ml/1 teskeið af salti

125 ml/¼ pt./2/3 bolli kalt vatn

600 ml/1 skammtur/2½ bollar af sjóðandi vatni eða seyði

Setjið polentu og salt í 2 lítra ílát. Blandið mjúklega saman við köldu vatni. Bætið smám saman við sjóðandi vatni eða seyði. Stattu á diski ef leki er. Eldið án loks við háan hita í 7-8 mínútur þar til það er mjög þykkt, hrærið fjórum sinnum. Leggið disk yfir og setjið til hliðar í 3 mínútur áður en það er borið fram.

grilluð polenta

Þjónar 6

Undirbúðu eins og fyrir polenta. Þegar búið er að elda skaltu setja í smurða eða olíuborða ferhyrndan ofnplötu með 23 cm þvermál. Sléttið toppinn með hníf sem dýft er í og úr heitu vatni. Hyljið lauslega með eldhúspappír og látið kólna alveg. Skerið í ferninga, penslið með ólífu- eða maísolíu og grillið (steikið) eða steikið (steikið) á hefðbundinn hátt þar til þær eru gullinbrúnar.

Polenta með pestó

Þjónar 6

Undirbúið eins og fyrir polenta, en bætið 20 ml/4 teskeiðum af rauðu eða grænu pestói út í sjóðandi vatn.

Polenta með sólþurrkuðum tómötum eða ólífumauk

Þjónar 6

Undirbúið eins og polenta, en bætið 45 ml/3 matskeiðum af þurrkuðum tómötum eða ólífuþykkni út í sjóðandi vatn.

Kínóa

Afgreiðsla 2-3

Alveg nýtt próteinríkt morgunkorn frá Perú með undarlega stökka áferð og örlítið reykbragð. Það passar með öllum matvörum og er nýstárlegur staðgengill fyrir hrísgrjón.

125 g/2/3 bolli kínóa

2,5 ml / ½ teskeið af salti

550 ml/18 fl oz/21/3 bollar sjóðandi vatn

Settu kínóaið í 1,75 lítra/3 skammta/7½ bolla skál. Ristað brauð, afhjúpað, á fullum krafti í 3 mínútur, hrært einu sinni. Bætið salti og vatni út í og blandið vel saman. Eldið við háan hita í 15 mínútur, hrærið fjórum sinnum. Lokið og setjið til hliðar í 2 mínútur.

rúmenska polenta

Þjónar 4

Hinn frægi rúmenski þjóðarréttur - mamaliga.

1 magn Polenta

75 g/3 oz/1/3 bolli smjör

4 nýsoðin stór egg

100 g/1 bolli fetaostur, mulinn

150 ml/¼ pt/2/3 bolli sýrður (mjólkur) rjómi

Undirbúið polentu og látið hana vera í pottinum sem hún var soðin í. Þeytið helminginn af smjörinu út í. Settu jafna hauga á fjóra forhitaða plötur og gerðu innskot í hvern plötu. Fyllið með eggjum, stráið osti yfir og setjið afganginn af smjöri og rjóma yfir. Borðaðu strax.

Karrí hrísgrjón

Þjónar 4

Hentar vel sem viðbót við flesta austurlenska og asíska rétti, sérstaklega indverska.

30 ml/2 matskeiðar af hnetuolíu

2 laukar, smátt saxaðir

225 g/8 oz/1 bolli basmati hrísgrjón

2 lítil lárviðarlauf

2 heilir negull

Fræ úr 4 kardimommubækjum

30–45 ml/2–3 matskeiðar af mildu karrídufti

5 ml/1 teskeið af salti

600 ml/1 skammtur/2½ bollar af sjóðandi vatni eða grænmetissoði

Hellið olíunni í 2,25 lítra/4 pt/10 bolla ílát. Hitið, afhjúpað, á fullu afli í 1 mínútu. Hrærið lauknum saman við. Eldið án loks við háan hita í 5 mínútur. Blandið öllum hráefnunum sem eftir eru saman. Hyljið með plastfilmu og skerið það tvisvar til að gufa komist út. Eldið við háan hita í 15 mínútur, snúið pottinum fjórum sinnum. Setjið til hliðar í 2 mínútur. Létt gaffla og bera fram.

Kotasæla og hrísgrjónapott

Fyrir 3-4

Dásamleg blanda af bragði og áferð flutt inn frá Norður-Ameríku fyrir nokkrum árum.

225g/8oz/1 bolli hýðishrísgrjón

50g/2oz/¼ bolli villt hrísgrjón

1,25 lítrar/2¼ punktar/5½ bollar sjóðandi vatn

10 ml/2 teskeiðar af salti

4 vorlaukar (sjalottar), grófsaxaðir

1 lítill grænn chilli, fræhreinsaður og saxaður

4 tómatar, hvíthreinsaðir, afhýðir og skornir í sneiðar

125 g sveppir, skornir í sneiðar

225g/8oz/1 bolli kotasæla

75 g/3 oz/¾ bolli Cheddar ostur, rifinn

Setjið brún og villt hrísgrjón í 2,25 lítra/4 skammta/10 bolla pott. Blandið vatni og salti. Hyljið með plastfilmu og skerið það tvisvar til að gufa komist út. Eldið við háan hita í 40-45 mínútur þar til hrísgrjónin eru mjúk og mjúk. Ef nauðsyn krefur, sigtið og setjið til hliðar. Fylltu 1,75 lítra eldfast mót (hollenskur ofn) með til skiptis lögum af hrísgrjónum, lauk, chili, tómötum, sveppum og kotasælu. Stráið grófrifum Cheddar yfir. Eldið án loks við háan hita í 7 mínútur, snúið pottinum tvisvar.

Ítalskt risotto

Afgreiðsla 2-3

2,5–5 ml/½–1 teskeið af saffrandufti eða 5 ml/1 teskeið af saffranþráðum

50 g/2 oz/¼ bolli smjör

5 ml/1 teskeið af ólífuolíu

1 stór laukur, afhýddur og rifinn

225 g/8 oz/1 bolli auðvelt eldað risotto hrísgrjón

600 ml/1 skammtur/2½ bollar af sjóðandi vatni eða kjúklingakrafti

150 ml/¼ pt/2/3 bolli þurrt hvítvín

5 ml/1 teskeið af salti

50 g/½ bolli rifinn parmesan

Ef þú notar saffranþræði skaltu mylja þá á milli fingranna í bolla af heitu vatni og setja til hliðar í 10-15 mínútur. Setjið helminginn af smjörinu og olíunni í 1,75 lítra/3 skammta/7½ bolla pott. Hitið afhjúpað í afþíðingarham í 1 mínútu. Hrærið lauknum saman við. Eldið án loks við háan hita í 5 mínútur. Blandið hrísgrjónum, vatni eða seyði og víni og saffranþráðum saman við vatn eða saffranduft. Hyljið með plastfilmu og skerið það tvisvar til að gufa komist út. Eldið við háan hita í 14 mínútur, snúið pottinum þrisvar sinnum. Blandið afganginum af smjörinu varlega saman við, síðan saltinu og helmingnum af parmesanostinum. Eldið óhult við háan hita í 4-8 mínútur, hrærið varlega með gaffli á 2 mínútna fresti, þar til allur vökvinn hefur verið frásogaður af hrísgrjónunum. Eldunartíminn fer eftir því hvaða hrísgrjón eru notuð.

Risotto með sveppum

Afgreiðsla 2-3

Brjótið 20 g af þurrkuðum sveppum, helst sveppum, í litla bita, þvoið vandlega undir köldu rennandi vatni og látið liggja í bleyti í 10 mínútur í sjóðandi vatni eða kjúklingakraftinum sem notaður er í ítölsku risottouppskriftinni. Haltu áfram eins og með ítalska risotto.

Brasilísk hrísgrjón

Fyrir 3-4

15 ml/1 matskeið af ólífuolíu eða maísolíu

30 ml/2 matskeiðar af þurrkuðum lauk

225 g/8 oz/1 bolli amerísk langkorna eða basmati hrísgrjón

5–10 ml/1–2 tsk af salti

600 ml/1 skammtur/2½ bollar af sjóðandi vatni

2 stórir tómatar, hvíthærðir, skrældir og saxaðir

Hellið olíunni í 2 lítra/3½ pt/8½ bolla ílát. Bætið við þurrkuðum lauk. Eldið án loks við háan hita í 1¼ mínútur. Blandið öllum hráefnunum sem eftir eru saman. Hyljið með plastfilmu og skerið það tvisvar til að gufa komist út. Eldið við háan hita í 15 mínútur, snúið pottinum fjórum sinnum. Setjið til hliðar í 2 mínútur. Létt gaffla og bera fram.

Spænsk hrísgrjón

Þjónar 6

Norður-amerísk sérstaða sem á fátt sameiginlegt með Spáni nema að bæta við papriku og tómötum! Borða með alifugla- og eggjaréttum.

225 g/8 oz/1 bolli langkorna hrísgrjón sem auðvelt er að elda

600 ml/1 skammtur/2½ bollar af sjóðandi vatni

10 ml/2 teskeiðar af salti

30 ml / 2 matskeiðar af maís- eða sólblómaolíu

2 laukar, smátt saxaðir

1 græn paprika, fræhreinsuð og grófsöxuð

400g/14oz/1 stór dós hakkaðir tómatar

Eldið hrísgrjónin í vatni með helmingnum af salti samkvæmt leiðbeiningum. Halda sér heitum. Hellið olíunni í 1,75 lítra/3 skammta/7½ bolla skál. Hitið, afhjúpað, á fullu afli í 1 mínútu. Blandið saman við lauk og pipar. Eldið án loks við háan hita í 5 mínútur, hrærið tvisvar. Hrærið tómötum saman við. Hitið, afhjúpað, á fullu afli í 3,5 mínútur. Dreifið heitu hrísgrjónunum með salti sem eftir er og berið fram strax.

Einfaldur tyrkneskur pilaf

Þjónar 4

225 g/8 oz/1 bolli auðvelt eldað risotto hrísgrjón

Sjóðandi vatn eða grænmetissoð

5 ml/1 teskeið af salti

40 g/3 matskeiðar af smjöri

Eldið hrísgrjónin í sjóðandi vatni eða seyði með salti bætt við samkvæmt uppskriftinni. Bætið smjöri í fatið eða skálina. Setjið til hliðar í 10 mínútur. Afhjúpa og rúlla út. Setjið disk yfir og hitið aftur á fullum krafti í 3 mínútur.

Ríkur tyrkneskur Pilaf

Þjónar 4

225 g/8 oz/1 bolli auðvelt eldað risotto hrísgrjón

Sjóðandi vatn

5 ml/1 teskeið af salti

5 cm kanilstöng

40 g/3 matskeiðar af smjöri

15 ml/1 matskeið af ólífuolíu

2 laukar, smátt saxaðir

60 ml/4 matskeiðar af ristuðum furuhnetum

25 g lamba- eða kjúklingalifur, skorin í litla bita

30 ml/2 matskeiðar af rifsberjum eða rúsínum

2 tómatar, hvítaðir, skrældir og saxaðir

Eldið hrísgrjónin í vatni og salti í stórum potti eða skál samkvæmt leiðbeiningum, bætið við kanilstöng. Setja til hliðar. Setjið smjörið og olíuna í 1,25 lítra skál og hitið, án loks, á fullum krafti í 1 mínútu. Blandið öllum hráefnunum sem eftir eru saman. Setjið disk yfir og eldið við háan hita í 5 mínútur, hrærið tvisvar. Hrærið heitu hrísgrjónin varlega með gaffli. Lokið eins og áður og hitið á fullum krafti í 2 mínútur.

Tælensk hrísgrjón með sítrónugrasi, lime laufum og kókos

Þjónar 4

Kraftaverk af stórkostlegu góðgæti, hentugur fyrir alla tælenska kjúklinga- og fiskrétti.

250g/9oz/lott 1 bolli taílensk hrísgrjón

400 ml/14 oz/1¾ bolli niðursoðin kókosmjólk

2 fersk lime lauf

1 blað af sítrónugrasi, skorið eftir endilöngu eða 15 ml/1 matskeið af söxuðum sítrónu smyrslaufum

7,5 ml/1½ teskeið af salti

Hellið hrísgrjónunum í 1,5 lítra/2½ pt/6 bolla ílát. Hellið kókosmjólk í mæliglas og fyllið upp með köldu vatni í 600 ml/1 fjórðung/2½ bolla. Hitið, afhjúpað, á fullum krafti í 7 mínútur, þar til það er freyðandi og sjóðandi. Blandið hrísgrjónunum varlega saman við restina af hráefninu. Hyljið með plastfilmu og skerið það tvisvar til að gufa komist út. Eldið við háan hita í 14 mínútur. Setjið til hliðar í 5 mínútur. Afhjúpaðu og fjarlægðu sítrónugras, ef þú notar það. Varlega með gaffli og borðað örlítið mjúk og klístruð hrísgrjón strax.

Okra með hvítkáli

Þjónar 6

Forvitni frá Gabon, mild eða krydduð eftir því hversu mikið chili er bætt við.

30 ml/2 matskeiðar af hnetuolíu

450 g savojakál eða vorgrænmeti (kollard grænmeti), smátt saxað

200 g/7 oz okra (dömufingur), toppur, hali og skorinn í bita

1 laukur, rifinn

300 ml/½ pkt/1¼ bolli sjóðandi vatn

10 ml/2 teskeiðar af salti

45 ml/3 matskeiðar af furuhnetum, léttristaðar á grillinu (broiler)

2,5–20 ml/¼–4 teskeiðar af chilidufti

Hellið olíunni í 2,25 lítra/4 pt/10 bolla ofnfast mót (hollenskur ofn). Hrærið grænmetinu og okrinu saman við, svo restinni af hráefnunum. Blandið vel saman. Hyljið með plastfilmu og skerið það tvisvar til að gufa komist út. Eldið við háan hita í 7 mínútur. Setjið til hliðar í 5 mínútur. Eldið við háan hita í 3 mínútur í viðbót. Sigtið og berið fram ef vill.

rauðkál með eplum

Þjónar 8

Frábært með heitum gammon, gæs og önd, rauðkál kemur frá Skandinavíu og Norður-Evrópu, sætt og súrt og nú frekar glæsilegt meðlæti sem geymist best í örbylgjuofni þar sem það heldur sínum djúpbleika lit.

900 g af rauðkáli

450 ml/¾ pt/2 bollar sjóðandi vatn

7,5 ml/1½ teskeið af salti

3 laukar, smátt saxaðir

3 soðin (rifin) epli, afhýdd og rifin

30 ml / 2 matskeiðar ljós mjúkur púðursykur

2,5 ml/½ teskeið af kúmeni

30 ml/2 matskeiðar af maísmjöli (maissterkju)

45 ml/3 matskeiðar af maltediki

15 ml/1 matskeið af köldu vatni

Skerið kálið, fjarlægið öll marin eða skemmd ytri blöð. Skerið í fernt og fjarlægið harða miðstöngulinn, saxið síðan eins smátt og hægt er. Setjið í 2,25 lítra/4 skammta/10 bolla ílát. Bætið við helmingnum af sjóðandi vatni og 5 ml/1 teskeið af salti. Setjið disk yfir og eldið við háan hita í 10 mínútur, snúið pottinum fjórum sinnum. Blandið vel saman, hrærið síðan afganginum af sjóðandi vatni og afganginum af salti, lauk, eplum, sykri og kúmeni saman við. Hyljið með plastfilmu og skerið það tvisvar til að gufa komist út. Eldið við háan hita í 20 mínútur, snúið pottinum fjórum sinnum. Taktu úr örbylgjuofni. Blandið maísmjöli vandlega saman við ediki og köldu vatni. Bætið við heitt hvítkál og blandið vel saman. Eldið án loks við háan hita í 10 mínútur, hrærið þrisvar sinnum. Látið kólna áður en það er sett í kæli yfir nótt. Til að bera fram skaltu hylja aftur með ferskum plastfilmu og skera það tvisvar til að leyfa gufu að komast út, hita síðan á fullum krafti í 5-6 mínútur áður en þú berð fram. Að öðrum kosti, flytjið skammta yfir á hliðarplötur og hyljið þær með eldhúspappír, hitið síðan hvern fyrir sig á fullum krafti í 1 mínútu.

rauðkál með víni

Þjónar 8

Undirbúið eins og þegar um rauðkál er að ræða með eplum, en skiptið helmingnum af sjóðandi vatni út fyrir 250 ml/1 glas af rauðvíni.

Norskt súrkál

Þjónar 8

900 g af hvítkáli

90 ml/6 matskeiðar af vatni

60 ml/4 matskeiðar af maltediki

60 ml/4 matskeiðar af flórsykri

10 ml/2 tsk af kúmeni

7,5–10 ml/1½–2 teskeiðar af salti

Skerið kálið, fjarlægið öll marin eða skemmd ytri blöð. Skerið í fernt og fjarlægið harða miðstöngulinn, saxið síðan eins smátt og hægt er. Setjið í 2,25 lítra/4 skammta/10 bolla ílát með öllu öðru hráefni. Blandið vandlega saman með tveimur skeiðum. Hyljið með plastfilmu og skerið það tvisvar til að gufa komist út. Eldið í afþíðingarham í 45 mínútur, snúið pottinum fjórum sinnum. Látið standa yfir nótt við eldhúshita til að leyfa bragðinu að þroskast. Til að bera fram, setjið einstaka skammta á hliðarplötur og hyljið hvern disk með eldhúspappír. Hitið hvert fyrir sig við háan hita, leyfið hverjum og einum að elda í um það bil 1 mínútu. Hyljið vel og geymið þá afganga í kæli.

Steikt okra í grískum stíl með tómötum

Fyrir 6-8

Þessi dálítið óhefðbundni grænmetisréttur með afar lélegum austrænum karakter er orðinn raunhæfur kostur nú þegar okra (kvenfingur) er víðar í boði. Þessi uppskrift er fullkomin með lambakjöti eða sem sjálfstæður réttur, borinn fram með hrísgrjónum.

900 g/2 lb okra, toppur og skott

Salt og nýmalaður svartur pipar

90 ml/6 matskeiðar af maltediki

45 ml/3 matskeiðar af ólífuolíu

2 laukar, skrældir og smátt saxaðir

6 tómatar, hvítaðir, skrældir og saxaðir gróft

15 ml/1 matskeið af ljós mjúkum púðursykri

Dreifið okrunni á stóran flatan disk. Til að draga úr líkunum á að okran klofni og fái slímugt útlit, stráið salti og ediki yfir. Setjið til hliðar í 30 mínútur. Þvoið og þurrkið af á eldhúspappír. Hellið olíunni í 2,5 lítra ílát og bætið lauknum út í. Eldið án loks við háan hita í 7 mínútur, hrærið þrisvar sinnum. Blandið öllu hráefninu sem eftir er, þar á meðal okra, saman og kryddið eftir smekk. Setjið disk yfir og eldið við háan hita í 9-10 mínútur, hrærið þrisvar eða fjórum sinnum þar til okran er mjúk. Setjið til hliðar í 3 mínútur áður en það er borið fram.

Grænmeti með tómötum, lauk og hnetusmjöri

Fyrir 4-6

Prófaðu þennan malavíska sérrétt með sneiðu hvítu brauði sem grænmetisæta aðalrétt eða sem meðlæti með kjúklingi.

450 g/1 lb vorgrænt (kollard grænmeti), smátt saxað

150 ml/¼ pt./2/3 bolli sjóðandi vatn

5–7,5 ml/1–1½ teskeið af salti

4 tómatar, hvíthreinsaðir, afhýðir og skornir í sneiðar

1 stór laukur, smátt saxaður

60 ml/4 matskeiðar af stökku hnetusmjöri

Setjið grænmetið í 2,25 lítra/4 skammta/10 bolla pott. Blandið vatni og salti. Hyljið með plastfilmu og skerið það tvisvar til að gufa komist út. Eldið við háan hita í 20 mínútur. Afhjúpaðu og blandaðu tómötum, lauk og hnetusmjöri saman við. Lokið eins og áður og eldið við háan hita í 5 mínútur.

Sætar og súrar rauðrófur

Þjónar 4

Þessi aðlaðandi leið til að kynna rófur er frá 1890, en er nú að koma aftur í tísku.

450 g soðnar rauðrófur (rauðrófur), gróft rifnar

150 ml/¼ pt/2/3 bolli tvöfaldur (þungur) rjómi

Salt

15 ml/1 matskeið af ediki

30 ml/2 matskeiðar af demerara sykri

Setjið rófurnar í 900ml pott með rjómanum og salti eftir smekk. Setjið disk yfir og hitið við háan hita í 3 mínútur, hrærið einu sinni. Blandið saman ediki og sykri og berið fram strax.

Rauðrófur í appelsínu

Fyrir 4-6

Lífleg og frumleg viðbót við hátíðakjöt og alifugla.

450 g soðnar rauðrófur (rauðrófur), afhýddar og skornar í sneiðar

75 ml/5 matskeiðar af nýkreistum appelsínusafa

15 ml/1 matskeið af maltediki

2,5 ml / ½ teskeið af salti

1 hvítlauksgeiri, afhýddur og mulinn

Setjið rófurnar í grunnt fat sem er 18 cm í þvermál. Hrærið saman afganginum og hellið yfir rófurnar. Hyljið með plastfilmu og skerið það tvisvar til að gufa komist út. Eldið við háan hita í 6 mínútur, snúið pottinum þrisvar sinnum. Setjið til hliðar í 1 mínútu.

Sellerí pottur

Þjónar 6

Myndarlegur vetrarforréttur í sælkerastíl sem passar vel við fisk og alifugla.

4 magrar sneiðar af beikoni, saxaðar

900 g sellerí (sellerírót)

300 ml/½ pkt/1¼ bolli kalt vatn

15 ml/1 matskeið af sítrónusafa

7,5 ml/1½ teskeið af salti

300 ml/½ stk/1¼ bolli stakur (létt) rjómi

1 lítill poki af kartöfluflögum (stökk), mulið í poka

Setjið beikonið á disk og hyljið með eldhúspappír. Eldið við háan hita í 3 mínútur. Skrælið selleríið gróflega, þvoið það vel og skerið hvert höfuð í átta hluta. Setjið í 2,25 lítra/4 skammta/10 bolla ílát með vatni, sítrónusafa og salti. Hyljið með plastfilmu og skerið það tvisvar til að gufa komist út. Eldið við háan hita í 20 mínútur, snúið pottinum fjórum sinnum. Útstreymi. Skerið selleríið í sneiðar og setjið aftur í fatið. Hrærið beikoni og rjóma saman við og stráið flögum yfir. Eldið án loks við háan hita í 4 mínútur, snúið pottinum tvisvar. Setjið til hliðar í 5 mínútur áður en það er borið fram.

Sellerí með appelsínu hollandaise sósu

Þjónar 6

Sellerí með dásamlega gullinni, glansandi sítrus-hollandaise sósu til að prófa með önd og villibráð.

900 g sellerí (sellerírót)

300 ml/½ pkt/1¼ bolli kalt vatn

15 ml/1 matskeið af sítrónusafa

7,5 ml/1½ teskeið af salti

maltnesk sósa

1 mjög sæt appelsína, afhýdd og í sundur

Skrælið selleríið gróflega, þvoið það vel og skerið hvert höfuð í átta hluta. Setjið í 2,25 lítra/4 skammta/10 bolla ílát með vatni, sítrónusafa og salti. Hyljið með plastfilmu og skerið það tvisvar til að gufa komist út. Eldið við háan hita í 20 mínútur, snúið pottinum fjórum sinnum. Útstreymi. Skerið selleríið í sneiðar og setjið aftur í fatið. Halda sér heitum. Útbúið maltnesku sósuna og setjið selleríið á hana. Skreytið með appelsínubitum.

Slimmers grænmetispottur

Þjónar 2

Undirbúðu eins og fyrir Slimmer's Fish Pot, en slepptu fiskinum. Bætið hægelduðum kvoða af 2 avókadóum við eldað grænmetið með kryddi og kryddjurtum. Lokið og hitið við háan hita í 1,5 mínútur.

Grænmetispottur með Slimmers eggjum

Þjónar 2

Undirbúið sem Slimmer's grænmetispottinn, en stráið hverjum skammti yfir 1 hakkað harðsoðið egg.

Ratatouille

Fyrir 6-8

Sprenging af Miðjarðarhafsbragði og litum er óaðskiljanlegur hluti af þessu dásamlega grænmetispotti. Hlýtt, kalt eða hlýtt - það virðist passa við allt.

60 ml/4 matskeiðar af ólífuolíu

3 laukar, skrældir og saxaðir gróft

1–3 hvítlauksrif, mulin

225 g kúrbít (kúrbít), skorið í þunnar sneiðar

350 g/3 bollar hakkað eggaldin (aubergin)

1 stór rauð eða græn paprika, fræhreinsuð og saxuð

3 þroskaðir tómatar, skrældir, hvítaðir og saxaðir

30 ml/2 matskeiðar af tómatmauki (mauk)

20 ml/4 tsk ljós mjúkur púðursykur

10 ml/2 teskeiðar af salti

45–60 ml/3–4 matskeiðar af saxaðri steinselju

Hellið olíunni í 2,5 lítra/4½ pt/11 bolla ílát. Hitið, afhjúpað, á fullu afli í 1 mínútu. Blandið saman lauk og hvítlauk. Eldið án loks við háan hita í 4 mínútur. Blandið öllu sem eftir er af hráefninu nema helmingi steinseljunnar. Setjið disk yfir og eldið við háan hita í 20 mínútur, hrærið þrisvar eða fjórum sinnum. Takið lokið af og eldið við háan hita í 8-10 mínútur, hrærið fjórum sinnum þar til mestur vökvinn hefur gufað upp. Hrærið afganginum af steinseljunni saman við. Berið fram strax eða látið kólna, hyljið og geymið í kæli ef þið viljið borða seinna.

Karamelliseruð pastinip

Þjónar 4

Fullkomið fyrir alla alifugla- og nautasteik, veldu ungan pastinip sem er ekki stærri en stór gulrót í þessu skyni.

450 g litlar pastinakar, skornar í þunnar sneiðar

45 ml/3 matskeiðar af vatni

25 g/1 oz/2 matskeiðar smjör

7,5 ml/1½ matskeið af dökkmjúkum púðursykri

Salt

Setjið pastinipurnar í 1,25 lítra pott með vatni. Hyljið með plastfilmu og skerið það tvisvar til að gufa komist út. Eldið við háan hita í 8-10 mínútur, snúið pottinum við og hristið innihaldið varlega tvisvar þar til það er mjúkt. Síið vatnið. Bætið smjöri og sykri út í og hrærið pastinipunum saman til að hjúpa þær vel. Hitið, afhjúpað, á fullum krafti í 1-1½ mínútu, þar til það er hálfgagnsætt. Stráið salti yfir og borðið strax.

Parsnips með egg- og smjörmolasósu

Þjónar 4

450 g pastinak, skorin í teninga

45 ml/3 matskeiðar af vatni

75 g/3 oz/1/3 bolli ósaltað (sætt) smjör

4 vorlaukar (sjalottar), smátt saxaðir

45 ml / 3 matskeiðar af ljósristaðri brauðrasp

1 harðsoðið egg (harðsoðið), rifið

30 ml/2 matskeiðar af fínt saxaðri steinselju

Safi úr ½ lítilli sítrónu

Setjið parsnips í 1,5 lítra pott með vatni. Hyljið með plastfilmu og skerið það tvisvar til að gufa komist út. Eldið við háan hita í 8-10 mínútur. Setjið til hliðar á meðan sósan er útbúin. Setjið smjörið í mæliglas og bræðið óhult í afþíðingarham í 2-2,5 mínútur. Hrærið lauknum saman við og eldið án loks í afþíðingarstillingu í 3 mínútur, hrærið tvisvar. Blandið öllum hráefnunum sem eftir eru saman og hitið við afþíðingu í 30 sekúndur. Tæmdu parsnips og settu í heitt framreiðslu fat. Smyrjið smjörsósunni yfir og berið fram strax.

Spergilkál með Supreme Cheese

Fyrir 4-6

450 g brokkolí

60 ml/4 matskeiðar af vatni

5 ml/1 teskeið af salti

150 ml/¼ pt/2/3 bolli sýrður (mjólkur) rjómi

125 g/1 bolli Cheddar- eða Jarlsbergostur, rifinn

1 egg

5 ml/1 teskeið af mildu sinnepi

2,5 ml/½ teskeið af papriku

1,5 ml/¼ teskeið af rifnum múskat

Þvoið spergilkálið, skiptið því í litla blóma og setjið í 20 cm djúpt fat með vatni og salti. Hyljið með plastfilmu og skerið það tvisvar til að gufa komist út. Eldið við háan hita í 12 mínútur. Tæmdu vandlega. Blandið restinni af hráefnunum saman og hellið spergilkálinu yfir. Setjið disk yfir og eldið við háan hita í 3 mínútur. Setjið til hliðar í 2 mínútur.

Guvetch

Fyrir 6-8

Björt lituð og bragðmikil búlgarsk útgáfa af ratatouille. Berið fram eitt sér með hrísgrjónum, pasta eða polentu eða sem viðbót við eggja-, kjöt- og alifuglarétti.

450 g/1 pund franskar eða keniskar baunir (grænar), með toppum og hala

4 laukar, mjög þunnar sneiðar

3 hvítlauksrif, mulin

60 ml/4 matskeiðar af ólífuolíu

6 (klukku) paprikur í mismunandi litum, frælausar og skornar í strimla

6 tómatar, hvítaðir, skrældir og saxaðir

1 grænn chilipipar, fræhreinsaður og smátt saxaður (má sleppa)

10–15 ml/2–3 teskeiðar af salti

15 ml/1 matskeið af fínum sykri

Skerið hverja baun í þrjá hluta. Setjið laukinn og hvítlaukinn í 2,5 lítra pott með olíu. Hrærið vel til að blanda saman. Eldið án loks við háan hita í 4 mínútur. Blandið öllu hráefninu sem eftir er vel saman, þar á meðal baununum. Setjið disk yfir og eldið við háan hita í 20 mínútur, hrærið þrisvar sinnum. Takið lokið af og eldið við háan hita í 8-10 mínútur í viðbót, hrærið fjórum sinnum þar til mestur vökvinn hefur gufað upp. Berið fram strax eða látið kólna, hyljið og geymið í kæli ef þið viljið borða seinna.

Selleríostur með beikoni

Þjónar 4

6 sneiðar (sneiðar) af ofvaxnu beikoni

350 g sellerí, skorið í teninga

30 ml/2 matskeiðar af sjóðandi vatni

30 ml/2 matskeiðar af smjöri eða smjörlíki

30 ml/2 matskeiðar af venjulegu (allskyns) hveiti.

300 ml/½ pt/1¼ bolli af heitri fullri mjólk

5 ml/1 teskeið af ensku sinnepi

225 g/8 oz/2 bollar Cheddar ostur, rifinn

Salt og nýmalaður svartur pipar

Pipar

Steikt (steikt) brauð til að bera fram

Setjið beikonið á disk og hyljið með eldhúspappír. Eldið við háan hita í 4-4,5 mínútur, snúið plötunni einu sinni við. Tæmdu fituna og saxaðu síðan beikonið gróft. Setjið selleríið í sérstakan pott með sjóðandi vatni. Setjið disk yfir og eldið við háan hita í 10 mínútur, snúið pottinum tvisvar. Sigtið og geymið vökvann. Setjið smjörið í 1,5 lítra/2½ pt/6 bolla pott. Bræðið afhjúpað á afþíðingarham í 1-1½ mínútu. Hrærið hveitinu saman við og eldið við háan hita í 1 mínútu. Hellið mjólkinni smám saman út í. Eldið án loks við háan hita í 4-5 mínútur þar til það þykknar, hrærið í hverri mínútu. Blandið sellerívatninu, selleríinu, beikoninu, sinnepi og tveimur þriðju af ostinum saman. Kryddið eftir smekk. Flyttu blönduna í hreint ílát. Stráið restinni af ostinum ofan á og stráið papriku yfir. Hitið afhjúpað á fullum krafti í 2 mínútur. Berið fram með steiktu brauði.

Artichoke Ostur Með Beikoni

Þjónar 4

Undirbúið eins og selleríost með beikoni, en slepptu selleríinu. Setjið 350 g af ætiþistlum í skál með 15 ml/1 matskeið af sítrónusafa og 90 ml/6 matskeiðar af sjóðandi vatni. Hyljið með plastfilmu og skerið það tvisvar til að gufa komist út. Eldið við háan hita í 12-14 mínútur þar til það er mjúkt. Sigtið, geymið 45 ml/3 matskeiðar af vatni. Bætið ætiþistlum og vatni út í sósuna með sinnepi, beikoni og osti.

Karelskar kartöflur

Þjónar 4

Uppskrift frá Austur-Finnlandi fyrir vorkartöflur.

450 g nýjar kartöflur, þvegnar en óafhýddar

30 ml/2 matskeiðar af sjóðandi vatni

125 g af smjöri við eldhúshita

2 harðsoðin egg (harðsoðin), söxuð

Settu kartöflurnar í 900ml/1½ pt/3¾ bolla pott af sjóðandi vatni. Setjið disk yfir og eldið við háan hita í 11 mínútur, hrærið tvisvar. Þeytið smjörið á meðan þar til það er slétt og blandið saman við eggin. Tæmið kartöflurnar og blandið saman við eggjablönduna á meðan kartöflurnar eru enn mjög heitar. Berið fram strax.

Hollensk kartöflu og gouda pottur með tómötum

Þjónar 4

Mettandi og yljandi grænmetisæta sem hægt er að bera fram með soðnu grænu grænmeti eða stökku salati.

750 g soðnar kartöflur, grófsaxaðar

3 stórir tómatar, hvíthreinsaðir, afhýðir og skornir í þunnar sneiðar

1 stór rauðlaukur, gróft rifinn

30 ml/2 matskeiðar af fínt saxaðri steinselju

175 g/6 oz/1½ bolli Gouda ostur, rifinn

Salt og nýmalaður svartur pipar

30 ml/2 matskeiðar af maísmjöli (maissterkju)

30 ml / 2 matskeiðar af kaldri mjólk

150 ml/¼ pt/2/3 bolli af heitu vatni eða grænmetissoði

Pipar

Fylltu smurt 1,5 lítra/2,5 lítra/6 bolla fat með til skiptis lögum af kartöflum, tómötum, lauk, steinselju og tveimur þriðju af ostinum, stráið salti og pipar á milli laga. Blandið maíssterkju saman við kalt mjólk fljótandi og bætið síðan heitu vatni eða seyði smám saman út í. Hellið frá hliðinni á fatinu. Stráið restinni af ostinum ofan á og stráið papriku yfir. Leggið eldhúspappír yfir og hitið við háan hita í 12-15 mínútur. Setjið til hliðar í 5 mínútur áður en það er borið fram.

Smjörkenndar og dúnkenndar sætar kartöflur með rjóma

Þjónar 4

450 g sætar kartöflur með bleiku skinni (ekki yams), skrældar og skornar í teninga

60 ml/4 matskeiðar af sjóðandi vatni

45 ml/3 matskeiðar af smjöri eða smjörlíki

60 ml/4 matskeiðar af þeyttum rjóma, hitaður

Salt og nýmalaður svartur pipar

Settu kartöflurnar í 1,25 lítra/2¼ pt/5½ bolla pott. Bætið vatni við. Hyljið með plastfilmu og skerið það tvisvar til að gufa komist út. Eldið við háan hita í 10 mínútur, snúið pottinum þrisvar sinnum. Setjið til hliðar í 3 mínútur. Sigtið og blandið fínt. Þeytið smjörið og rjómann vel saman. Kryddið vel eftir smekk. Færið yfir í framreiðslu fat, hyljið með diski og hitið á fullum krafti í 1,5 - 2 mínútur.

Maître d'Hôtel Sætar kartöflur

Þjónar 4

450 g sætar kartöflur með bleiku skinni (ekki yams), skrældar og skornar í teninga

60 ml/4 matskeiðar af sjóðandi vatni

45 ml/3 matskeiðar af smjöri eða smjörlíki

45 ml/3 matskeiðar af saxaðri steinselju

Settu kartöflurnar í 1,25 lítra/2¼ pt/5½ bolla pott. Bætið vatni við. Hyljið með plastfilmu og skerið það tvisvar til að gufa komist út. Eldið við háan hita í 10 mínútur, snúið pottinum þrisvar sinnum. Setjið til hliðar í 3 mínútur, sigtið síðan. Bætið smjörinu út í og hrærið til að hjúpa kartöflurnar, stráið síðan steinselju yfir.

Krem af kartöflu

Fyrir 4-6

Kartöflur eldaðar í örbylgjuofni halda bragði og lit og hafa framúrskarandi samkvæmni. Næringarefni þeirra eru varðveitt vegna þess að vatnsmagnið sem notað er til eldunar er í lágmarki. Eldsneyti sparast og það er engin þörf á að þvo pönnuna - þú getur jafnvel eldað kartöflurnar í þínum eigin framreiðsluskál. Skrælið kartöflurnar eins þunnt og hægt er til að varðveita vítamínin.

900 g skrældar kartöflur, skornar í bita

90 ml/6 matskeiðar af sjóðandi vatni

30–60 ml/2–4 matskeiðar af smjöri eða smjörlíki

90 ml/6 matskeiðar af volgri mjólk

Salt og nýmalaður svartur pipar

Setjið kartöflubitana í 1,75 lítra/3 stk/7½ bolla af vatni. Hyljið með plastfilmu og skerið það tvisvar til að gufa komist út. Eldið við háan hita í 15-16 mínútur, snúið pottinum fjórum sinnum þar til hann er meyr. Tæmið ef þarf, blandið síðan vandlega saman við, bætið smjöri eða smjörlíki og mjólk út í til skiptis. Tímabil. Þegar hún er orðin létt og loftkennd er blandað saman með gaffli og hitað aftur, án loks, á fullum krafti í 2-2,5 mínútur.

Kartöflurjómi með steinselju

Fyrir 4-6

Undirbúið eins og í tilfelli kartöflukrems, en bætið við 45–60 ml/3–4 matskeiðum af saxaðri steinselju með kryddi. Hitið í 30 sekúndur til viðbótar.

Kartöflurjómi með osti

Fyrir 4-6

Undirbúið eins og þegar um rjómakartöflur er að ræða, en bætið við 125 g/1 bolla af rifnum harðaosti með kryddi. Hitið í 1½ mínútu til viðbótar.

Ungverskar kartöflur með papriku

Þjónar 4

50 g smjörlíki eða smjörlíki

1 stór laukur, smátt saxaður

750 g kartöflur, skornar í litla bita

45 ml/3 matskeiðar af þurrkuðum piparflögum

10 ml/2 tsk af papriku

5 ml/1 teskeið af salti

300 ml/½ pkt/1¼ bolli sjóðandi vatn

60 ml/4 matskeiðar af sýrðum (mjólkur)rjóma

Setjið smjörlíkið eða smjörfeiti í 1,75 lítra/3 skammta/7½ bolla ílát. Hitið afhjúpað á fullum hita í 2 mínútur, þar til það er snarka. Bætið lauknum við. Eldið við háan hita án loks í 2 mínútur. Blandið saman kartöflum, piparflögum, papriku, salti og sjóðandi vatni. Hyljið með plastfilmu og skerið það tvisvar til að gufa komist út. Eldið við háan hita í 20 mínútur, snúið pottinum fjórum sinnum. Setjið til hliðar í 5 mínútur. Setjið á heita diska og toppið með 15 ml/1 matskeið af sýrðum rjóma.

Dauphine kartöflur

Þjónar 6

Gratin dauphinoise – einn af frönsku meisturunum og upplifun sem hægt er að njóta. Berið fram með blaðsalati eða bökuðum tómötum eða sem viðbót við kjöt, alifugla, fisk og egg.

900g/2lb vaxkenndar kartöflur, mjög þunnar sneiðar

1–2 hvítlauksrif, mulin

75 ml/5 matskeiðar af bræddu smjöri eða smjörlíki

175 g/1½ bolli Emmental eða Gruyère ostur (svissneskur)

Salt og nýmalaður svartur pipar

300 ml/½ pt/1¼ bolli full feit mjólk

Pipar

Til að mýkja kartöflurnar skaltu setja þær í stóra skál og hella sjóðandi vatni yfir þær. Látið standa í 10 mínútur, síið síðan. Blandið hvítlauk saman við smjör eða smjörlíki. Smyrjið djúpt fat með þvermál 25 cm/10 tommur. Byrjið og endar með kartöflunum, fyllið réttinn með til skiptis lögum af kartöflusneiðum, tveimur þriðju af ostinum og tveimur þriðju af smjörblöndunni, stráið salti og pipar á milli laga. Hellið mjólkinni varlega niður hliðarnar á pönnunni og stráið síðan restinni af ostinum og hvítlaukssmjörinu yfir. Stráið papriku yfir. Hyljið með plastfilmu og skerið það tvisvar til að gufa komist út. Eldið við háan hita í 20 mínútur, snúið pottinum fjórum sinnum. Kartöflurnar ættu að vera örlítið al dente, eins og pasta, en ef þú vilt hafa þær mýkri skaltu elda við háan hita í 3-5 mínútur til viðbótar. Setjið til hliðar í 5 mínútur, afhjúpið síðan og berið fram.

Savoie kartöflur

Þjónar 6

Undirbúið sem Dauphine kartöflur, en skiptu mjólkinni út fyrir seyði eða hálft hvítvín og hálft seyði.

Château kartöflur

Þjónar 6

Undirbúið eins og Dauphine kartöflur, en setjið miðlungs eplasafi í staðinn fyrir mjólkina.

Kartöflur með möndlusósu

Fyrir 4-5

450 g nýjar kartöflur, skrældar og skrúbbaðar

30 ml/2 matskeiðar af vatni

75 g/3 oz/1/3 bolli ósaltað (sætt) smjör

75 g/3 oz/¾ bolli flögaðar (hakkaðar) möndlur, ristaðar og muldar

15 ml/1 matskeið af ferskum limesafa

Setjið kartöflurnar í 1,5 lítra pott með vatni. Hyljið með plastfilmu og skerið það tvisvar til að gufa komist út. Eldið við háan hita í 11-12 mínútur þar til það er mjúkt. Setjið til hliðar á meðan sósan er útbúin. Setjið smjörið í mæliglas og bræðið óhult í afþíðingarham í 2-2,5 mínútur. Blandið restinni af hráefnunum saman við. Blandið saman við tæmdar kartöflur og berið fram.

Sinneps-lime tómatar

Þjónar 4

Ferska bragðið gerir tómata aðlaðandi sem viðbót við lambakjöt og alifugla, sem og lax og makríl.

4 stórir tómatar, skornir í tvennt lárétt

Salt og nýmalaður svartur pipar

5 ml/1 tsk af fínt rifnum limeberki

30 ml/2 matskeiðar af heilkornasinnepi

Safi úr 1 lime

Raðið tómötunum í hring, með skurðhliðinni upp, í kringum brúnina á stórum diski. Stráið salti og pipar yfir. Blandið afganginum vandlega saman og dreifið á tómatana. Eldið ólokið við háan hita í 6 mínútur, snúið plötunni þrisvar sinnum. Setjið til hliðar í 1 mínútu.

Steikt agúrka

Þjónar 4

1 agúrka, afhýdd

30 ml/2 matskeiðar af smjöri eða smjörlíki við eldhúshita

2,5–5 ml/½–1 teskeið af salti

30 ml/2 matskeiðar af fínt saxaðri steinselju eða kóríander

Skerið gúrkuna mjög þunnt, setjið til hliðar í 30 mínútur og þerrið hana síðan með hreinum viskustykki. Setjið smjörið eða smjörlíkið í 1,25 lítra pott og bræðið óhult við afþíðingarham í 1-1½ mínútu. Hrærið agúrku og salti saman við og blandið varlega saman þar til það er vel húðað með smjöri. Setjið disk yfir og eldið við háan hita í 6 mínútur, hrærið tvisvar. Afhjúpaðu og hrærðu steinselju eða kóríander saman við.

Steikt agúrka með Pernod

Þjónar 4

Undirbúið eins og í tilfelli soðnar gúrku, en bætið 15 ml/1 matskeið af Pernod út í gúrkuna.

Spænskur mergur

Þjónar 4

Sumar viðbót við alifugla- og fiskrétti.

15 ml/1 matskeið af ólífuolíu

1 stór laukur, afhýddur og saxaður

3 stórir tómatar, hvíthærðir, skrældir og saxaðir

450 g mergur (squash), afhýddur og skorinn í teninga

15 ml/1 matskeið af söxuðum marjoram eða oregano

5 ml/1 teskeið af salti

Nýmalaður svartur pipar

Hitið olíuna í 1,75 lítra/3 skammta/7½ bolla potti, án loks, á fullum krafti í 1 mínútu. Blandið saman lauk og tómötum. Setjið disk yfir og eldið við háan hita í 3 mínútur. Blandið öllu hráefninu sem eftir er, bætið við pipar eftir smekk. Setjið disk yfir og eldið við háan hita í 8-9 mínútur þar til mergurinn er mjúkur. Setjið til hliðar í 3 mínútur.

Kúrbít og tómatpotta

Þjónar 4

3 tómatar, hvíthærðir, skrældir og saxaðir gróft

4 kúrbít (kúrbít), toppar, halar og þunnar sneiðar

1 laukur, saxaður

15 ml/1 matskeið af malti eða hrísgrjónaediki

30 ml/2 matskeiðar af saxaðri steinselju

1 hvítlauksgeiri, pressaður

Salt og nýmalaður svartur pipar

75 ml/5 matskeiðar af rifnum cheddar- eða emmentalerosti

Setjið tómata, kúrbít, lauk, edik, steinselju og hvítlauk í djúpt 20 cm fat. Kryddið eftir smekk og blandið vel saman. Hyljið með plastfilmu og skerið það tvisvar til að gufa komist út. Eldið við háan hita í 15 mínútur, snúið pottinum þrisvar sinnum. Afhjúpið og stráið osti yfir. Brúnið það á hefðbundinn hátt undir grillinu (broiler) eða, til að spara tíma, setjið það aftur í örbylgjuofninn og hitið á fullum krafti í 1-2 mínútur þar til osturinn byrjar að kúla og bráðna.

Kúrbít með einiberjum

Fyrir 4-5

8 einiber

30 ml/2 matskeiðar af smjöri eða smjörlíki

450 g kúrbítur (kúrbítur), toppar, stilkar og þunnar sneiðar

2,5 ml / ½ teskeið af salti

30 ml/2 matskeiðar af fínt saxaðri steinselju

Myljið einiberin létt með bakinu á tréskeið. Setjið smjörið eða smjörlíkið í djúpt fat sem er 20 cm í þvermál. Bræðið afhjúpað á afþíðingarham í 1-1½ mínútu. Blandið einiberjum, kúrbít og salti saman og dreifið í jafnt lag til að hylja botninn á réttinum. Hyljið með plastfilmu og skerið það tvisvar til að gufa komist út. Eldið við háan hita í 10 mínútur, snúið pottinum fjórum sinnum. Setjið til hliðar í 2 mínútur. Afhjúpið og stráið steinselju yfir.

Kínversk smjörlauf með Pernod

Þjónar 4

Blanda af áferð og bragði á milli hvítkáls og þétts salats, kínversku laufin eru mjög frambærilegt soðið grænmeti og aukast til muna með því að bæta við Pernod, sem bætir viðkvæmum og fíngerðum anískeim.

675 g/1½ lb postína lauf, rifin

50 g smjör eða smjörlíki

15 ml/1 matskeið Pernod

2,5–5 ml/½–1 teskeið af salti

Settu rifnu blöðin í 2 L/3½ pt/8½ bolla pott. Bræðið smjörið eða smjörlíkið í sérstakri skál í afþíðingarham í 2 mínútur. Bætið við kálinu ásamt pernod og salti og blandið varlega saman. Setjið disk yfir og eldið við háan hita í 12 mínútur, hrærið tvisvar. Setjið til hliðar í 5 mínútur áður en það er borið fram.

baunaspírur í kínverskum stíl

Þjónar 4

450 g ferskir baunaspírur

10 ml/2 tsk af dökkri sojasósu

5 ml/1 teskeið af Worcestershire sósu

5 ml/1 teskeið af lauksalti

Blandið öllu hráefninu í stóra skál. Færið yfir í djúpt, 20 cm ofnfast mót (hollenskur ofn) í þvermál. Setjið disk yfir og eldið við háan hita í 5 mínútur. Setjið til hliðar í 2 mínútur, blandið síðan saman og berið fram.

Gulrót Með Appelsínu

Fyrir 4-6

50 g smjör eða smjörlíki

450 g rifin gulrót

1 laukur, rifinn

15 ml/1 matskeið af ferskum appelsínusafa

5 ml/1 teskeið af fínt rifnum appelsínuberki

5 ml/1 teskeið af salti

Setjið smjörið eða smjörlíkið í djúpt fat sem er 20 cm í þvermál. Bræðið afhjúpað á afþíðingarham í 1,5 mínútur. Bætið öllum hráefnunum sem eftir eru saman við og blandið vandlega saman. Hyljið með plastfilmu og skerið það tvisvar til að gufa komist út. Eldið við háan hita í 15 mínútur, snúið pottinum tvisvar. Setjið til hliðar í 2-3 mínútur áður en það er borið fram.

Steikt síkóríur

Þjónar 4

Óvenjulegur grænmetisréttur með léttu aspasbragði. Berið fram með eggja- og alifuglaréttum.

4 sígóríuhausar (belgískur andívía)

30 ml/2 matskeiðar af smjöri eða smjörlíki

1 teningur af grænmetissoði

15 ml/1 matskeið af sjóðandi vatni

2,5 ml / ½ tsk lauksalt

30 ml/2 matskeiðar af sítrónusafa

Snyrtu sígóið, fargaðu marin eða skemmd ytri blöð. Fjarlægðu keilulaga kjarnann úr botni hvers og eins til að draga úr beiskju. Skerið síkóríuna í 1,5 cm þykkar sneiðar og setjið í 1,25 lítra eldfast mót (hollenskur ofn). Bræðið smjörið eða smjörlíkið sérstaklega í afþíðingarham í 1,5 mínútur. Hellið sígó yfir. Bætið sjóðandi teningnum út í sjóðandi vatn, bætið salti og sítrónusafa út í. Setjið skeið ofan á sígóið. Hyljið með plastfilmu og skerið það tvisvar til að gufa komist út. Eldið við háan hita í 9 mínútur, snúið pottinum þrisvar sinnum. Setjið til hliðar í 1 mínútu áður en borið er fram með safanum úr réttinum.

Steiktar gulrætur með lime

Þjónar 4

Gulrótarréttur með sterkum appelsínugulum lit, ætlaður fyrir kjöt- og villibráð.

450 g gulrætur, þunnar sneiðar

60 ml/4 matskeiðar af sjóðandi vatni

30 ml/2 matskeiðar af smjöri

1,5 ml/¼ teskeið af túrmerik

5 ml/1 tsk af fínt rifnum limeberki

Setjið gulræturnar í 1,25 lítra pott af sjóðandi vatni. Hyljið með plastfilmu og skerið það tvisvar til að gufa komist út. Eldið við háan hita í 9 mínútur, snúið pottinum þrisvar sinnum. Setjið til hliðar í 2 mínútur. Útstreymi. Bætið strax smjöri, túrmerik og lime-safa út í. Borðaðu strax.

Dill í Sherry

Þjónar 4

900 g fennel

50 g smjör eða smjörlíki

2,5 ml / ½ teskeið af salti

7,5 ml/1½ teskeið af frönsku sinnepi

30 ml/2 matskeiðar af meðalþurru sherry

2,5 ml/½ teskeið af þurrkuðu eða 5 ml/1 teskeið af hakkað fersku estragon

Þvoið og þurrkið fennelinn. Fargið brúnu svæðin en látið vera á "fingrum" og grænum blöðum. Bræðið smjörið eða smjörlíkið afhjúpað í afþíðingarham í 1,5 - 2 mínútur. Blandið restinni af hráefnunum varlega saman við. Skerið hvert dillhaus í fernt og setjið í djúpt fat sem er 25 cm í þvermál. Smyrjið með smjörblöndu. Setjið disk yfir og eldið við háan hita í 20 mínútur og snúið pottinum fjórum sinnum. Setjið til hliðar í 7 mínútur áður en það er borið fram.

Blaðlaukur soðinn í víni með skinku

Þjónar 4

5 mjóir blaðlaukar, samtals um 450 g

30 ml/2 matskeiðar af smjöri eða smjörlíki við eldhúshita

225 g/2 bollar soðin skinka, saxuð

60 ml/4 matskeiðar af rauðvíni

Salt og nýmalaður svartur pipar

Snyrtu strengja enda blaðlauksins af, klipptu síðan alla nema 10 cm af græna „pilsinu“ af hverjum blaðlauka. Skerið blaðlaukinn varlega í tvennt eftir endilöngu, næstum upp á topp. Þvoið vandlega á milli laufanna undir köldu rennandi vatni til að fjarlægja jarðveg eða sand. Setjið smjörið eða smjörlíkið í 25 x 20 cm/10 x 8 fat. Bræðið við afþíðingarham í 1-1½ mínútu og dreifið síðan á botninn og hliðarnar. Raðið blaðlauknum í einu lagi á botninn. Stráið skinku og víni yfir og kryddið. Hyljið með plastfilmu og skerið það tvisvar til að gufa komist út. Eldið við háan hita í 15 mínútur, snúið pottinum tvisvar. Setjið til hliðar í 5 mínútur.

Bakaður blaðlaukur

Þjónar 4

5 mjóir blaðlaukar, samtals um 450 g

30 ml/2 matskeiðar af smjöri eða smjörlíki

60 ml/4 matskeiðar af grænmetissoði

Salt og nýmalaður svartur pipar

Snyrtu strengja enda blaðlauksins af, klipptu síðan alla nema 10 cm af græna „pilsinu“ af hverjum blaðlauka. Skerið blaðlaukinn varlega í tvennt eftir endilöngu, næstum upp á topp. Þvoið vandlega á milli laufanna undir köldu rennandi vatni til að fjarlægja jarðveg eða sand. Skerið í 1,5 cm þykkar sneiðar. Sett í 1,75 lítra/3 skammta/7½ bolla eldfast mót (hollenskur ofn). Bræðið smjörið eða smjörlíkið í sérstakri skál í afþíðingarham í 1,5 mínútur. Bætið soðinu út í og kryddið vel eftir smekk. Setjið skeið ofan á blaðlaukinn. Setjið disk yfir og eldið við háan hita í 10 mínútur, hrærið tvisvar.

Bakað sellerí

Þjónar 4

Undirbúið eins og fyrir bakaðan blaðlauk en skiptið blaðlauknum út fyrir 450 g af þvegin sellerí. Ef þess er óskað, bætið við litlum saxuðum lauk og eldið í 1½ mínútu til viðbótar.

Paprika fyllt með kjöti

Þjónar 4

4 grænar (klukku) paprikur

30 ml/2 matskeiðar af smjöri eða smjörlíki

1 laukur, smátt saxaður

225 g/8 oz/2 bollar magurt malað nautakjöt

30 ml/2 matskeiðar af langkorna hrísgrjónum

5 ml/1 teskeið af þurrkuðum kryddjurtum

5 ml/1 teskeið af salti

120 ml/4 fl oz/¼ bolli heitt vatn

Skerið toppana af paprikunni og geymið þær. Fleygðu innri trefjum og fræjum úr hverri papriku. Skerið þunna ræma af hverjum botni þannig að þeir standi upprétt og velti ekki. Setjið smjörið eða smjörlíkið í pott og hitið við háan hita í 1 mínútu. Bætið lauknum við. Eldið án loks við háan hita í 3 mínútur. Blandið kjötinu saman við, brjótið það upp með gaffli. Eldið án loks við háan hita í 3 mínútur. Blandið saman hrísgrjónum, kryddjurtum, salti og 60 ml/4 matskeiðar af vatni. Hellið blöndunni í paprikurnar. Raðið lóðrétt og þétt saman í hreint, djúpt fat. Setjið lokið á og hellið afganginum af vatni í pottinn utan um paprikurnar fyrir sósuna. Hyljið með plastfilmu og skerið það tvisvar til að gufa komist út. Eldið við háan hita í 15 mínútur, snúið pottinum tvisvar. Setjið til hliðar í 10 mínútur áður en það er borið fram.

Paprika fyllt með kjöti og tómötum

Þjónar 4

Undirbúið eins og papriku fyllt með kjöti, en skiptið út vatninu fyrir tómatsafa sem er sættur með 10 ml/2 tsk af flórsykri.

Paprika fyllt með kalkún með sítrónu og timjan

Þjónar 4

Undirbúið eins og papriku fyllt með kjöti, en í staðinn fyrir nautakjöt, bætið möluðum (hakkað) kalkún og 2,5 ml/½ teskeið af timjan út í kryddjurtablönduna. Bætið við 5 ml/1 teskeið af fínt rifnum sítrónuberki.

Sveppir í rjóma, pólskum stíl

Þjónar 6

Algengt í Póllandi og Rússlandi, þar sem sveppir skipa heiðurssess á hverju borði. Berið fram með nýjum kartöflum og soðnum eggjum.

30 ml/2 matskeiðar af smjöri eða smjörlíki

450 g sveppir

30 ml/2 matskeiðar af maísmjöli (maissterkju)

30 ml / 2 matskeiðar af köldu vatni

300 ml/½ pkt/1¼ bolli sýrður (mjólkur) rjómi

10 ml/2 teskeiðar af salti

Setjið smjörið eða smjörlíkið í djúpt fat sem rúmar 2,25 lítra/4 skammta/10 bolla. Bræðið afhjúpað á afþíðingarham í 1,5 mínútur. Hrærið sveppunum saman við. Setjið disk yfir og eldið við háan hita í 5 mínútur, hrærið tvisvar. Blandið maísmjölinu vandlega saman við vatn og blandið saman við rjómann. Blandið sveppunum varlega saman við. Lokið eins og áður og eldið við háan hita í 7-8 mínútur, hrærið þrisvar sinnum þar til þykkt og rjómakennt. Saltið og borðið strax.

Piparsveppir

þjónar 6

Undirbúið eins og sveppir í pólsku rjóma, en áður en það er bráðið, bætið 1 mulnu hvítlauksrifinu við smjörið eða smjörlíkið. Blandið 15 ml/1 matskeið af tómatmauki (mauk) og pipar saman við sveppina. Berið fram með litlu pasta.

Þurrkaðir sveppir

þjónar 6

Undirbúið eins og í tilfelli sveppa í pólsku rjóma, en áður en það er bráðið, bætið 15-30 ml/1-2 matskeiðum af mildu karrýmauki og einu mulnu hvítlauksrifi út í smjörið eða smjörlíkið. Skiptið þykkri náttúrujógúrt út fyrir rjóma og bætið við 10 ml/2 tsk af fínum sykri og salti. Berið fram með hrísgrjónum.

Linsubaunir dhal

Fyrir 6-7

Einkennandi austurlensk, með rætur á Indlandi, Lentil Dhal er náðarsamlega krydduð með ógrynni af kryddi og hægt að bera fram sem meðlæti með karrý eða eitt og sér með hrísgrjónum fyrir næringarríka og fullkomna máltíð.

50 g/2 oz/¼ bolli ghee, smjör eða smjörlíki

4 laukar, saxaðir

1–2 hvítlauksrif, mulin

225 g/8 oz/11/3 bolli appelsínulinsubaunir, skolaðar vandlega

5 ml/1 teskeið af túrmerik

5 ml/1 teskeið af papriku

2,5 ml/½ teskeið af möluðu engifer

20 ml/4 tsk garam masala

1,5 ml/¼ tsk cayenne pipar

Fræ úr 4 grænum kardimommubækjum

15 ml/1 matskeið af tómatpúrru (mauk)

750 ml/1¼ punktar/3 bollar af sjóðandi vatni

7,5 ml/1½ teskeið af salti

Hakkað kóríander (kóríander) lauf, til skrauts

Setjið ghee, smjör eða smjörlíki í 1,75 lítra/3 skammta/7½ bolla eldfast mót (hollenskur ofn). Hitið, afhjúpað, á fullu afli í 1 mínútu. Blandið saman lauk og hvítlauk. Setjið disk yfir og eldið við háan hita í 3 mínútur. Blandið öllum hráefnunum sem eftir eru saman. Setjið disk yfir og eldið við háan hita í 15 mínútur, hrærið fjórum sinnum. Setjið til hliðar í 3 mínútur. Ef það er of þykkt fyrir þinn persónulega smekk skaltu þynna það út með smá auka sjóðandi vatni. Látið með gaffli áður en það er borið fram, skreytt með kóríander.

Dhal með lauk og tómötum

Fyrir 6-7

3 laukar

50 g/2 oz/¼ bolli ghee, smjör eða smjörlíki

1–2 hvítlauksrif, mulin

225 g/8 oz/11/3 bolli appelsínulinsubaunir, skolaðar vandlega

3 tómatar, hvíthærðir, skrældir og saxaðir

5 ml/1 teskeið af túrmerik

5 ml/1 teskeið af papriku

2,5 ml/½ teskeið af möluðu engifer

20 ml/4 tsk garam masala

1,5 ml/¼ tsk cayenne pipar

Fræ úr 4 grænum kardimommubækjum

15 ml/1 matskeið af tómatpúrru (mauk)

750 ml/1¼ punktar/3 bollar af sjóðandi vatni

7,5 ml/1½ teskeið af salti

1 stór laukur, þunnt sneið

10 ml/2 tsk af sólblóma- eða maísolíu

Skerið 1 lauk smátt og saxið afganginn. Setjið ghee, smjör eða smjörlíki í 1,75 lítra/3 skammta/7½ bolla eldfast mót (hollenskur ofn). Hitið, afhjúpað, á fullu afli í 1 mínútu. Blandið saman söxuðum lauk og hvítlauk. Setjið disk yfir og eldið við háan hita í 3 mínútur. Blandið öllum hráefnunum sem eftir eru saman. Setjið disk yfir og eldið við háan hita í 15 mínútur, hrærið fjórum sinnum. Setjið til hliðar í 3 mínútur. Ef það er of þykkt fyrir þinn persónulega smekk skaltu þynna það út með smá auka sjóðandi vatni. Skerið saxaðan laukinn í hringa og steikið (steikið) að venju í olíu þar til hann er aðeins gullinn og stökkur. Fluttu dhalinu með gaffli áður en það er borið fram, skreytt með laukhringjum. (Að öðrum kosti, slepptu hakkað lauknum og skreytið í staðinn með tilbúnum steiktum lauk sem fæst í matvöruverslunum.)

Grænmetis Madras

Þjónar 4

25 g/2 matskeiðar af ghee eða 15 ml/1 matskeið af hnetuolíu

1 laukur, afhýddur og saxaður

1 blaðlaukur, skorinn og saxaður

2 hvítlauksrif, mulin

15 ml/1 matskeið af sterku karrídufti

5 ml/1 teskeið af möluðu kúmeni

5 ml/1 tsk garam masala

2,5 ml/½ teskeið af túrmerik

Safi úr 1 litilli sítrónu

150 ml/¼ pt/2/3 bolli grænmetissoð

30 ml/2 matskeiðar af tómatmauki (mauk)

30 ml / 2 matskeiðar af ristuðum kasjúhnetum

450 g soðið rótargrænmeti, skorið í teninga

175 g/6 oz/¾ bolli brún hrísgrjón, soðin

Poppadoms, til að þjóna

Setjið ghee eða olíu í 2,5 lítra/4½ pt/11 bolla pott. Hitið, afhjúpað, á fullu afli í 1 mínútu. Bætið við lauk, blaðlauk og hvítlauk og blandið vel saman. Eldið án loks við háan hita í 3 mínútur. Bætið karrý, kúmeni, garam masala, túrmerik og sítrónusafa út í. Eldið án loks við háan hita í 3 mínútur, hrærið tvisvar. Bætið við soði, tómatpúrru og kasjúhnetum. Hyljið með hvolfi plötu og eldið við háan hita í 5 mínútur. Blandið grænmetinu saman við. Lokið eins og áður og hitið við háan hita í 4 mínútur. Berið fram með hýðishrísgrjónum og popadoms.

Blandað grænmetiskarrí

Þjónar 6

1,6 kg blandað grænmeti eins og rauð eða græn paprika; kúrbít (kúrbít); óskrældar eggaldin (aubergin); gulrót; kartöflur; rósakál eða spergilkál; laukur; svitahola

30 ml / 2 matskeiðar af hnetum (hnetu) eða maísolíu

2 hvítlauksrif, mulin

60 ml/4 matskeiðar af tómatmauki (mauk)

45 ml/3 matskeiðar af garam masala

30 ml / 2 matskeiðar milt, miðlungs eða kryddað karríduft

5 ml/1 tsk malað kóríander (kóríander)

5 ml/1 teskeið af möluðu kúmeni

15 ml/1 matskeið af salti

1 stórt lárviðarlauf

400g/14oz/1 stór dós hakkaðir tómatar

15 ml/1 matskeið af fínum sykri

150 ml/¼ pt./2/3 bolli sjóðandi vatn

250 g/9 oz/lotur 1 bolli soðin basmati eða langkorna hrísgrjón

Þykk náttúruleg jógúrt til að bera fram

Undirbúið allt grænmeti eftir tegund. Skerið í litla teninga eða saxið eftir þörfum. Sett í djúpt ílát sem rúmar 2,75 lítra/5 stykki/12 bolla. Blandið öllum hráefnunum sem eftir eru nema sjóðandi vatni og hrísgrjónum saman. Setjið stóran disk yfir og eldið við háan hita í 25-30 mínútur, hrærið fjórum sinnum þar til grænmetið er mjúkt en samt þétt. Fjarlægið lárviðarlaufið, blandið vatni saman við og kryddið eftir smekk – karrýið gæti þurft aðeins meira salt. Berið fram með hrísgrjónum og skál af þykkri náttúrulegri jógúrt.

Miðjarðarhafshlaupsalat

Þjónar 6

300 ml/½ pkt/1¼ bolli kalt grænmetissoð eða grænmetiseldunarvatn

15 ml/1 matskeið af gelatíndufti

45 ml/3 matskeiðar af tómatsafa

45 ml/3 matskeiðar af rauðvíni

1 græn paprika, frælaus og skorin í strimla

2 tómatar, hvítaðir, skrældir og saxaðir

30 ml/2 matskeiðar af tæmdum kapers

50 g / 2 oz / ¼ bolli saxaðar agúrkur (súrkur)

12 fylltar ólífur, skornar í sneiðar

10 ml/2 tsk af ansjósusósu

Hellið 45 ml/3 matskeiðum af seyði eða grænmetisvatni í skálina. Hrærið gelatíni saman við. Setjið til hliðar í 5 mínútur til að mýkjast. Bræðið afhjúpað á afþíðingarham í 2-2,5 mínútur. Blandið afganginum af seyði með tómatsafa og víni. Lokið þegar það er kalt, kælið síðan þar til það byrjar að þykkna og stífna. Setjið piparræmurnar í skál og hellið sjóðandi vatni yfir þær. Látið standa í 5 mínútur til að mýkjast og sigtið síðan. Blandið tómötunum og piparstrimlunum saman við hlaupið ásamt öllu því sem eftir er. Flyttu yfir í raka hlauprúllu eða 1,25 lítra/2¼ pt/5½ bolla skál. Lokið og kælið í nokkrar klukkustundir þar til stíft. Til að bera fram skaltu dýfa forminu eða skálinni í skál með heitu vatni og lyfta því upp til að losna og renna síðan varlega heitum blautum hníf um hliðarnar. Áður en borið er fram, hvolfið yfir á vættan disk. (Veyta kemur í veg fyrir að hlaupið festist.)

Grískt hlaup salat

Þjónar 6

Undirbúið eins og Miðjarðarhafssalat með hlaupi, en sleppið kapers og gúrkunum. Bætið við 125 g/1 bolla af fínt skornum fetaosti og 1 litlum saxuðum lauk. Setjið í staðinn fylltar svartar ólífur með gryfju (án gryfja).

Rússneskt salat með hlaupi

Þjónar 6

Undirbúið eins og Miðjarðarhafssalat með hlaupi, en skiptu tómatsafa og víni út fyrir 90 ml/6 matskeiðar af majónesi og skiptu tómötum og papriku út fyrir 225 g/2 bolla af hægelduðum gulrótum og kartöflum. Bætið við 30 ml/2 matskeiðum af soðnum ertum.

Kohlrabi salat með sinnepsmajónesi

Þjónar 6

900 g kál

75 ml/5 matskeiðar af sjóðandi vatni

5 ml/1 teskeið af salti

10 ml/2 teskeiðar af sítrónusafa

60–120 ml/4–6 matskeiðar af þykku majónesi

10–20 ml/2–4 tsk af heilkornssinnep

Sneiddar radísur, til skrauts

Afhýðið kálið gróft, þvoið það vel og skerið hvern haus í átta hluta. Setjið í 1,25 lítra ílát með vatni, salti og sítrónusafa. Hyljið með plastfilmu og skerið það tvisvar til að gufa komist út. Eldið við háan hita í 10-15 mínútur, snúið pottinum þrisvar sinnum þar til hann er meyr. Tæmið og skerið í sneiðar eða teninga og setjið í skál. Blandið majónesi og sinnepi saman og hentið kóhlrabi út í blönduna þar til bitarnir eru vel húðaðir. Færið yfir í framreiðslufat og skreytið með radísusneiðum.

Bollar með rófum, sellerí og eplum

Þjónar 6

60 ml/4 matskeiðar af köldu vatni

15 ml/1 matskeið af gelatíndufti

225ml/8oz/1 bolli eplasafi

30 ml/2 matskeiðar af hindberjaediki

5 ml/1 teskeið af salti

225 g soðnar (ekki súrsaðar) rauðrófur (rauðrófur), gróft rifnar

1 mat (eftirrétt) epli, afhýtt og gróft rifið

1 sellerístilkur skorinn í þunnar eldspýtustangir

1 lítill laukur, saxaður

Hellið 45 ml/3 msk af köldu vatni í litla skál og blandið saman við gelatínið. Setjið til hliðar í 5 mínútur til að mýkjast. Bræðið afhjúpað á afþíðingarham í 2-2,5 mínútur. Blandið því sem eftir er af köldu vatni saman við eplasafa, ediki og salti. Lokið þegar það er kalt, kælið síðan þar til það byrjar að þykkna og stífna. Bætið rauðrófum, eplum, sellerii og lauk saman við sett hlaupið og blandið varlega þar til það hefur blandast vel saman. Flyttu yfir í sex litla, vætta bolla, lokaðu síðan og kældu þar til það er stíft og stíft. Settu í einstaka plötur.

Waldorf eftirlíkingarbollar

Þjónar 6

Undirbúið sem rauðrófu-, sellerí- og eplabolla, en bætið 30 ml/2 matskeiðum af söxuðum valhnetum saman við grænmetið og eplið.

Sellerí salat með hvítlauk, majónesi og pistasíuhnetum

Þjónar 6

900 g sellerí (sellerírót)
300 ml/½ pkt/1¼ bolli kalt vatn
15 ml/1 matskeið af sítrónusafa
7,5 ml/1½ teskeið af salti
1 hvítlauksgeiri, pressaður
45 ml/3 matskeiðar af grófsöxuðum pistasíuhnetum
60–120 ml/4–8 matskeiðar af þykku majónesi
Radicchio lauf og heilar pistasíuhnetur til skrauts

Skrælið selleríið gróflega, þvoið það vel og skerið hvert höfuð í átta hluta. Setjið í 2,25 lítra/4 skammta/10 bolla ílát með vatni, sítrónusafa og salti. Hyljið með plastfilmu og skerið það tvisvar til að gufa komist út. Eldið við háan hita í 20 mínútur, snúið pottinum fjórum sinnum. Tæmið og skerið í sneiðar og setjið í skál. Bætið við hvítlauk og söxuðum pistasíuhnetum. Á meðan það er enn heitt skaltu blanda saman við majónesi þar til selleríbitarnir eru vandlega húðaðir. Færið yfir í framreiðsluskál. Skreytið með radicchio laufum og pistasíuhnetum áður en það er borið fram, ef hægt er á meðan það er enn aðeins heitt.

Continental sellerí salat

Þjónar 4

Sambland af ljúffengum og fyllingarbragði gerir þetta að hentugu hátíðarsalati til að fylgja köldu kalkúni og gammon.

750 g sellerí (sellerírót)

75 ml/5 matskeiðar af sjóðandi vatni

5 ml/1 teskeið af salti

10 ml/2 teskeiðar af sítrónusafa

Fyrir dressinguna:

30 ml / 2 matskeiðar af maís- eða sólblómaolíu

15 ml/1 matskeið af malti eða eplasafi ediki

15 ml/1 matskeið af tilbúnu sinnepi

2,5–5 ml/½–1 teskeið af kúmeni

1,5 ml/¼ teskeið af salti

5 ml/1 teskeið af fínum sykri

Nýmalaður svartur pipar

Skrælið selleríið gróft og skerið það í litla teninga. Setjið í 1,75 lítra/3 skammta/7½ bolla ílát. Bætið við sjóðandi vatni, salti og sítrónusafa. Hyljið með plastfilmu og skerið það tvisvar til að gufa komist út. Eldið við háan hita í 10-15 mínútur, snúið pottinum þrisvar sinnum þar til hann er meyr. Útstreymi. Þeytið allt sem eftir er af hráefninu vandlega. Bætið við heitt sellerí og blandið vel saman. Lokið og látið kólna. Berið fram við stofuhita.

Sellerí salat með beikoni

Þjónar 4

Útbúið eins og meginlandssellerí salat, en bætið við 4 sneiðum af beikoni, stökkt grillað (bakað) og mulið, á sama tíma og dressingunni.

Þistilsalat með papriku og eggjum í heitri dressingu

Þjónar 6

400g/14oz/1 stór dós þistilhjörtu, tæmd

400g/14oz/1 stór dós rauð pimientos, tæmd

10 ml/2 tsk af rauðvínsediki

60 ml/4 matskeiðar af sítrónusafa

125 ml/½ bolli ólífuolía

1 hvítlauksgeiri, pressaður

5 ml/1 teskeið af meginlands sinnepi

5 ml/1 teskeið af salti

5 ml/1 teskeið af fínum sykri

4 stór harðsoðin egg, afhýdd og rifin

225 g/8 oz/2 bollar fetaostur, skorinn í teninga

Skerið ætiþistlana í tvennt og skerið pimientos í strimla. Raðið til skiptis í kringum stóran disk og skilið eftir brunn í miðjunni. Setjið edik, sítrónusafa, olíu, hvítlauk, sinnep, salt og sykur í litla skál. Hitið afhjúpað á hátt í 1 mínútu, þeytið tvisvar. Raðið egginu og ostinum í haug í miðju salatsins og hellið volgri dressingunni létt yfir.

Salvíu- og laukfylling

Uppskrift gerir 225-275 g/8-10 oz/11/3-12/3 bolla

Fyrir svínakjöt.

25 g/1 oz/2 matskeiðar smjör eða smjörlíki

2 laukar, forsoðnir (sjá töflu á bls. 45), saxaðir

125 g / 4 oz / 2 bollar hvítar eða brúnar brauðrasp

5 ml/1 tsk þurrkuð salvía

Smá vatn eða mjólk

Salt og nýmalaður svartur pipar

Setjið smjörið eða smjörlíkið í 1 lítra/1¾ pt/4¼ bolla ílát. Hitið, afhjúpað, á fullu afli í 1 mínútu. Hrærið lauknum saman við. Eldið án loks við háan hita í 3 mínútur, hrærið á hverri mínútu. Hrærið brauðmylsnu og salvíu saman við og nóg af vatni eða mjólk til að bindast þar til það er molnað. Kryddið eftir smekk. Notaðu þegar það er kalt.

Sellerí og pestó fylling

Uppskrift gerir 225-275 g/8-10 oz/11/3-12/3 bolla

Fyrir fisk og alifugla.

Undirbúið eins og salvíu- og laukfylling, en í staðinn fyrir lauk bætið við 2 smátt söxuðum sellerístönglum. Áður en kryddað er skaltu bæta við 10 ml/2 tsk af grænu pestói.

Blaðlauks- og tómatfylling

Uppskrift gerir 225-275 g/8-10 oz/11/3-12/3 bolla

Fyrir kjöt og alifugla.

25 g/1 oz/2 matskeiðar smjör eða smjörlíki

2 blaðlaukur, aðeins hvítur hluti, skorinn í mjög þunnar sneiðar

2 tómatar, hvítaðir, skrældir og saxaðir

125 g / 4 oz / 2 bollar ferskt hvítt brauðrasp

Salt og nýmalaður svartur pipar

Kjúklingasoð, ef þarf

Setjið smjörið eða smjörlíkið í 1 lítra/1¾ pt/4¼ bolla ílát. Hitið, afhjúpað, á fullu afli í 1 mínútu. Blandið blaðlauknum saman við. Eldið án loks við háan hita í 3 mínútur, hrærið þrisvar sinnum. Blandið tómötum og brauðmylsnu saman við og kryddið eftir smekk. Herðið með soði ef þarf. Notaðu þegar það er kalt.

Beikonfylling

Uppskrift gerir 225-275 g/8-10 oz/11/3-12/3 bolla

Fyrir kjöt, alifugla og fisk með sterku bragði.

4 sneiðar (sneiðar) af beikoni, skornar í litla bita

25 g smjör, smjörlíki eða smjörlíki

125 g / 4 oz / 2 bollar ferskt hvítt brauðrasp

5 ml/1 teskeið af Worcestershire sósu

5 ml/1 teskeið af tilbúnu sinnepi

2,5 ml/½ teskeið af þurrkuðum kryddjurtum

Salt og nýmalaður svartur pipar

Mjólk ef þarf

Settu beikonið í 1 lítra pott með smjöri, smjörlíki eða smjörfeiti. Eldið án loks við háan hita í 2 mínútur, hrærið einu sinni. Bætið brauðrasp, Worcestershire sósu, sinnepi og kryddjurtum út í og kryddið eftir smekk. Blandið saman við mjólk ef þarf.

Beikon- og apríkósufylling

Uppskrift gerir 225-275 g/8-10 oz/11/3-12/3 bolla

Fyrir alifugla og villibráð

Undirbúið eins og beikonfylling, en bætið við 6 vel þvegnum og þykkt saxuðum apríkósuhelmingum ásamt kryddjurtum.

Sveppa-, sítrónu- og timjanfylling

Uppskrift gerir 225-275 g/8-10 oz/11/3-12/3 bolla

Fyrir alifugla.

25 g/1 oz/2 matskeiðar smjör eða smjörlíki

125 g sveppir, skornir í sneiðar

5 ml/1 teskeið af fínt rifnum sítrónuberki

2,5 ml/½ teskeið af þurrkuðu timjani

1 hvítlauksgeiri, pressaður

125 g / 4 oz / 2 bollar ferskt hvítt brauðrasp

Salt og nýmalaður svartur pipar

Mjólk ef þarf

Setjið smjörið eða smjörlíkið í 1 lítra/1¾ pt/4¼ bolla ílát. Hitið, afhjúpað, á fullu afli í 1 mínútu. Hrærið sveppunum saman við. Eldið án loks við háan hita í 3 mínútur, hrærið tvisvar. Bætið sítrónuberki, timjani, hvítlauk og brauðraspi út í og kryddið eftir smekk. Blandið aðeins saman við mjólk þegar fyllingin er eftir á þurru hliðinni. Notaðu þegar það er kalt.

Sveppa- og blaðlauksfylling

Uppskrift gerir 225-275 g/8-10 oz/11/3-12/3 bolla

Fyrir alifugla, grænmeti og fisk.

25 g/1 oz/2 matskeiðar smjör eða smjörlíki

1 blaðlaukur, aðeins hvítur hluti, skorinn í mjög þunnar sneiðar

125 g sveppir, skornir í sneiðar

125 g / 4 oz / 2 bollar ferskt brúnt brauðrasp

30 ml/2 matskeiðar af saxaðri steinselju

Salt og nýmalaður svartur pipar

Mjólk ef þarf

Setjið smjörið eða smjörlíkið í 1,25 lítra ílát. Hitið, afhjúpað, á fullu afli í 1 mínútu. Blandið saman við blaðlauk. Eldið án loks við háan hita í 2 mínútur, hrærið einu sinni. Hrærið sveppunum saman við. Eldið án loks við háan hita í 2 mínútur, hrærið tvisvar. Blandið saman við brauðrasp og steinselju og kryddið eftir smekk. Blandið aðeins saman við mjólk þegar fyllingin er eftir á þurru hliðinni. Notaðu þegar það er kalt.

Skinku- og ananasfylling

Uppskrift gerir 225-275 g/8-10 oz/11/3-12/3 bolla

Fyrir alifugla.

25 g/1 oz/2 matskeiðar smjör eða smjörlíki

1 laukur, smátt saxaður

1 ferskur ananashringur, án húðar og saxað hold

75 g/3 oz/¾ bolli soðin skinka, hakkað

125 g / 4 oz / 2 bollar ferskt hvítt brauðrasp

Salt og nýmalaður svartur pipar

Setjið smjörið eða smjörlíkið í 1 lítra/1¾ pt/4¼ bolla ílát. Hitið, afhjúpað, á fullu afli í 1 mínútu. Hrærið lauknum saman við. Eldið án loks við háan hita í 2 mínútur, hrærið einu sinni. Blandið saman ananas og skinku. Eldið án loks við háan hita í 2 mínútur, hrærið tvisvar. Veltið upp í brauðrasp og kryddið eftir smekk. Notaðu þegar það er kalt.

Asísk sveppa- og kasjúhnetufylling

Uppskrift gerir 225-275 g/8-10 oz/11/3-12/3 bolla

Fyrir alifugla og fisk.

25 g/1 oz/2 matskeiðar smjör eða smjörlíki

6 vorlaukar (sjalottar), saxaðir

125 g sveppir, skornir í sneiðar

125 g / 4 oz / 2 bollar ferskt brúnt brauðrasp

45 ml/3 matskeiðar af kasjúhnetum, ristaðar

30 ml/2 matskeiðar af kóríanderlaufum

Salt og nýmalaður svartur pipar

Sojasósa, ef þarf

Setjið smjörið eða smjörlíkið í 1,25 lítra ílát. Hitið, afhjúpað, á fullu afli í 1 mínútu. Hrærið lauknum saman við. Eldið án loks við háan hita í 2 mínútur, hrærið einu sinni. Hrærið sveppunum saman við. Eldið án loks við háan hita í 2 mínútur, hrærið tvisvar. Blandið saman brauðrasp, kasjúhnetum og kóríander og kryddið eftir smekk. Bindið aðeins með sojasósu þegar fyllingin er eftir á þurru hliðinni. Notaðu þegar það er kalt.

Skinku- og gulrótarfylling

Uppskrift gerir 225-275 g/8-10 oz/11/3-12/3 bolla

Fyrir alifugla, lambakjöt og villibráð.

Útbúið sem fylling með skinku og ananas, en skiptið út ananasnum fyrir 2 rifnar gulrætur.

Skinku-, banana- og maísfylling

Uppskrift gerir 225-275 g/8-10 oz/11/3-12/3 bolla

Fyrir alifugla.

Undirbúið sem fylling með skinku og ananas, en skiptið út anananum fyrir 1 lítinn, gróft maukaðan banana. Bætið við 30 ml/2 matskeiðum af maís ásamt brauðmylsnu.

Ítalsk fylling

Uppskrift gerir 225-275 g/8-10 oz/11/3-12/3 bolla

Fyrir lambakjöt, alifugla og fisk.

30 ml / 2 matskeiðar ólífuolía

1 hvítlauksgeiri

1 sellerístilkur, smátt saxaður

2 tómatar, hvíthærðir, skrældir og saxaðir gróft

12 frælausar svartar ólífur, skornar í tvennt

10 ml/2 tsk af söxuðum basilíkulaufum

125 g / 4 oz / 2 bollar ferskt brauðrasp úr ítölsku brauði, eins og ciabatta

Salt og nýmalaður svartur pipar

Hellið ólífuolíu í 1 lítra/1¾ pt/4¼ bolla ílát. Hitið, afhjúpað, á fullu afli í 1 mínútu. Hrærið hvítlauk og sellerí saman við. Eldið án loks við háan hita í 2,5 mínútur, hrærið einu sinni. Blandið öllum hráefnunum sem eftir eru saman. Notaðu þegar það er kalt.

Spænsk fylling

Uppskrift gerir 225-275 g/8-10 oz/11/3-12/3 bolla

Fyrir sterkan fisk og alifugla.

Undirbúið sem ítalsk fylling, en skiptið út steinhreinsuðum svörtum ólífum fyrir fylltar ólífur skornar í tvennt. Notaðu venjulegt hvítt brauðrasp í staðinn fyrir ítalska brauðrasp og bættu við 30 ml/2 matskeiðum af flögum (hakkað) og ristuðum möndlum.

Appelsínu- og kóríanderfylling

Gerir 175G/6oz/1 bolli

Fyrir kjöt og alifugla.

25 g/1 oz/2 matskeiðar smjör eða smjörlíki
1 lítill laukur, smátt saxaður
125 g / 4 oz / 2 bollar ferskt hvítt brauðrasp
Rífið börk og safa úr 1 appelsínu fínt
45 ml/3 matskeiðar af fínsöxuðum kóríanderlaufum
Salt og nýmalaður svartur pipar
Mjólk ef þarf

Setjið smjörið eða smjörlíkið í 1 lítra/1¾ pt/4¼ bolla ílát. Hitið, afhjúpað, á fullu afli í 1 mínútu. Hrærið lauknum saman við. Eldið án loks við háan hita í 3 mínútur, hrærið einu sinni. Bætið brauðrasp, appelsínubörk og safa og kóríander (kóríander) út í og kryddið eftir smekk. Blandið aðeins saman við mjólk þegar fyllingin er eftir á þurru hliðinni. Notaðu þegar það er kalt.

Lime og kóríander fylling

Gefur 175g/6oz/1 bolli

Fyrir fisk.

Undirbúið sem appelsínu- og kóríanderfyllingu, en skiptið appelsínunni út fyrir rifinn börk og safa úr 1 lime.

Appelsínu- og apríkósufylling

Framleiðir 275g/10oz/12/3 bolla

Fyrir ríkulegt kjöt og alifugla.

125 g þurrkaðar apríkósur, þvegnar

Hlýtt svart te

25 g/1 oz/2 matskeiðar smjör eða smjörlíki

1 lítill laukur, saxaður

5 ml/1 teskeið af fínt rifnum appelsínuberki

Safi úr 1 appelsínu

125 g / 4 oz / 2 bollar ferskt hvítt brauðrasp

Salt og nýmalaður svartur pipar

Leggið apríkósurnar í heitt te í að minnsta kosti 2 klukkustundir. Tæmið og skerið í litla bita með skærum. Setjið smjörið eða smjörlíkið í 1,25 lítra ílát. Hitið, afhjúpað, á fullu afli í 1 mínútu. Bætið lauknum við. Eldið án loks við háan hita í 2 mínútur, hrærið einu sinni. Blandið öllu hráefninu sem eftir er, þar á meðal apríkósum. Notaðu þegar það er kalt.

Fylling með eplum, rúsínum og valhnetum

Framleiðir 275g/10oz/12/3 bolla

Fyrir svínakjöt, lambakjöt, önd og gæs.

25 g/1 oz/2 matskeiðar smjör eða smjörlíki

1 mat (eftirréttur) epli, afhýtt, skorið í fjóra, kjarnhreinsað og saxað

1 lítill laukur, saxaður

30 ml/2 matskeiðar af rúsínum

30 ml/2 matskeiðar af söxuðum valhnetum

5 ml/1 teskeið af fínum sykri

125 g / 4 oz / 2 bollar ferskt hvítt brauðrasp

Salt og nýmalaður svartur pipar

Setjið smjörið eða smjörlíkið í 1,25 lítra ílát. Hitið, afhjúpað, á fullu afli í 1 mínútu. Hrærið epli og lauk saman við. Eldið án loks við háan hita í 2 mínútur, hrærið einu sinni. Blandið öllum hráefnunum sem eftir eru saman. Notaðu þegar það er kalt.

Fylling með eplum, sveskjum og brasilískum hnetum

Framleiðir 275g/10oz/12/3 bolla

Fyrir lambakjöt og kalkún.

Undirbúið fyllinguna með eplum, rúsínum og valhnetum, en skiptið rúsínunum út fyrir 8 fræ (án fræ) og sneiðar sveskjur og valhneturnar með 30 ml/2 matskeiðar af þunnt sneiðum brasilískum hnetum.

Epla-, döðlu- og heslihnetufylling

Framleiðir 275g/10oz/12/3 bolla

Fyrir lambakjöt og villibráð.

Undirbúið fyllinguna með eplum, rúsínum og valhnetum en skiptið rúsínunum út fyrir 45 ml/3 matskeiðar af söxuðum döðlum og valhneturnar fyrir 30 ml/2 matskeiðar af ristuðum og söxuðum heslihnetum.

Hvítlauks-, rósmarín- og sítrónufylling

Gefur 175g/6oz/1 bolli

Fyrir lambakjöt og svínakjöt.

25 g/1 oz/2 matskeiðar smjör eða smjörlíki

2 hvítlauksrif, mulin

Rifinn börkur af 1 lítilli sítrónu

5 ml/1 teskeið af þurrkuðu rósmaríni, mulið

15 ml/1 matskeið af saxaðri steinselju

125 g / 4 oz / 2 bollar ferskt hvítt eða brúnt brauðrasp

Salt og nýmalaður svartur pipar

Ef vill, mjólk eða þurrt rauðvín

Setjið smjörið eða smjörlíkið í 1 lítra/1¾ pt/4¼ bolla ílát. Hitið, afhjúpað, á fullu afli í 1 mínútu. Blandið saman við hvítlauk og sítrónuberki. Hitið, afhjúpað, á fullu afli í 30 sekúndur. Blandið og blandið saman við rósmarín, steinselju og brauðrasp. Kryddið eftir smekk. Blandið aðeins saman við mjólk eða vín ef fyllingin er eftir á þurru hliðinni. Notaðu þegar það er kalt.

Hvítlauks-rósmarín-sítrónufylling með parmesan

Gefur 175g/6oz/1 bolli.

Fyrir nautakjöt.

Undirbúið hvítlauks-rósmarín-sítrónufyllinguna en bætið 45 ml/3 matskeiðum af rifnum parmesan út í brauðmylsnuna.

Sjávarfangafylling

Framleiðir 275g/10oz/12/3 bolla

Fyrir fisk og grænmeti.

25 g/1 oz/2 matskeiðar smjör eða smjörlíki

125 g/4 oz/1 bolli afhýddar rækjur (rækjur)

5 ml/1 teskeið af fínt rifnum sítrónuberki

125 g / 4 oz / 2 bollar ferskt hvítt brauðrasp

1 egg, þeytt

Salt og nýmalaður svartur pipar

Mjólk ef þarf

Setjið smjörið eða smjörlíkið í 1 lítra/1¾ pt/4¼ bolla ílát. Hitið, afhjúpað, á fullu afli í 1 mínútu. Hrærið rækjunni, sítrónuberki, brauðmylsnu og eggi saman við og kryddið eftir smekk. Blandið aðeins saman við mjólk þegar fyllingin er eftir á þurru hliðinni. Notaðu þegar það er kalt.

Parmaskinkufylling

Framleiðir 275g/10oz/12/3 bolla

Fyrir alifugla.

Útbúið eins og sjávarfangsfylling, en skiptið út rækjunum (rækjunni) fyrir 75 g af grófsöxuðu parmaskinku.

Pylsa og kjötfylling

Framleiðir 275g/10oz/12/3 bolla

Fyrir alifugla og svínakjöt.

25 g/1 oz/2 matskeiðar smjör eða smjörlíki

225 g/8 oz/1 bolli svína- eða nautapylsa

1 lítill laukur, rifinn

30 ml/2 matskeiðar af fínt saxaðri steinselju

2,5 ml/½ teskeið af sinnepsdufti

1 egg, þeytt

Setjið smjörið eða smjörlíkið í 1 lítra/1¾ pt/4¼ bolla ílát. Hitið, afhjúpað, á fullu afli í 1 mínútu. Blandið saman við pylsu og lauk. Eldið óhult við háan hita í 4 mínútur, hrærið í hverri mínútu til að brjóta pylsuna vandlega upp. Blandið öllum hráefnunum sem eftir eru saman. Notaðu þegar það er kalt.

Pylsu- og lifrarfylling

Framleiðir 275g/10oz/12/3 bolla

Fyrir alifugla.

Undirbúðu eins og fyrir pylsufyllingu, en minnkaðu magn kjötsins í 175 g/6 oz/¾ bolli. Bætið 50 g af grófsöxuðum kjúklingalifur út í pylsuna og laukinn.

Pylsa og maísfylling

Framleiðir 275g/10oz/12/3 bolla

Fyrir alifugla.

Undirbúið eins og þegar um pylsufyllingu er að ræða, en í lok eldunar er bætt við 30-45 ml/2-3 matskeiðar af soðnum maís.

Pylsu- og appelsínufylling

Framleiðir 275g/10oz/12/3 bolla

Fyrir alifugla.

Undirbúið eins og pylsa og kjötfylling, en í lok eldunar bætið við 5-10 ml/1-2 tsk af fínt rifnum appelsínuberki

Kastaníufylling með eggi

Gerir 350g/12oz/2 bolla

Fyrir alifugla.

125 g/1 bolli þurrkaðar kastaníuhnetur, lagðar í bleyti yfir nótt í vatni og síðan tæmdar

25 g/1 oz/2 matskeiðar smjör eða smjörlíki

1 lítill laukur, rifinn

1,5 ml/¼ teskeið malaður múskat

125 g / 4 oz / 2 bollar ferskt brúnt brauðrasp

5 ml/1 teskeið af salti

1 stórt egg, þeytt

15 ml/1 matskeið af tvöföldum rjóma (þykkur).

Setjið kastaníuhneturnar í 1,25 lítra/2¼ pt/5½ bolla ofnfast mót (hollenskur ofn) og hellið sjóðandi vatni yfir þær. Setjið til hliðar í 5 mínútur. Hyljið með plastfilmu og skerið það tvisvar til að gufa komist út. Eldið við háan hita í 30 mínútur þar til kastaníuhneturnar eru mjúkar. Sigtið og látið kólna. Brjótið í litla bita. Setjið smjörið eða smjörlíkið í 1,25 lítra ílát. Hitið, afhjúpað, á fullu afli í 1 mínútu. Bætið lauknum við. Eldið án loks við háan hita í 2 mínútur, hrærið einu sinni. Blandið saman kastaníuhnetum, múskati, brauðrasp, salti og eggi. Bindið saman við rjómann. Notaðu þegar það er kalt.

Kastaníu-krönuberjafylling

Gerir 350g/12oz/2 bolla

Fyrir alifugla.

Undirbúið eins og kastaníufylling með eggi, en í staðinn fyrir egg skaltu blanda fyllingunni saman við 30-45 ml/2-3 matskeiðar af trönuberjasósu. Bætið við smá rjóma ef fyllingin helst þurr.

Rjómalöguð kastaníufylling

Uppskriftin gerir 900g/2lb/5 bolla

Fyrir alifugla og fisk.

50 g smjör, smjörlíki eða beikon
1 laukur, rifinn
500 g/1 pund 2 oz/2¼ bolli niðursoðið ósykrað kastaníuhnetumauk
225 g/8 oz/4 bollar ferskt hvítt brauðrasp
Salt og nýmalaður svartur pipar
2 egg, þeytt
Mjólk ef þarf

Setjið smjörið, smjörlíkið eða sósuna í 1¾ lítra/3 hluta/7½ bolla ílát. Hitið afhjúpað á fullu afli í 1,5 mínútur. Bætið lauknum við. Eldið án loks við háan hita í 2 mínútur, hrærið einu sinni. Blandið kastaníumaukinu, brauðraspi, salti og pipar eftir smekk og eggjum varlega saman. Blandið aðeins saman við mjólk þegar fyllingin er eftir á þurru hliðinni. Notaðu þegar það er kalt.

Rjómalöguð fylling með kastaníuhnetum og pylsum

Uppskriftin gerir 900g/2lb/5 bolla

Fyrir alifugla og villibráð.

Undirbúið eins og þegar um rjómalagaða kastaníufyllingu er að ræða, en skiptið út helmingnum af kastaníumaukinu fyrir 250 g/1 bolla af fastri pylsu.

Rjómalöguð kastaníufylling með heilum kastaníuhnetum

Uppskriftin gerir 900g/2lb/5 bolla

Fyrir alifugla.

Undirbúið eins og fyrir rjómakastaníufyllingu, en bætið 12 soðnum og brotnum kastaníuhnetum saman við brauðmylsnu.

Kastaníufylling með steinselju og timjan

Gerir 675 g/1½ lb/4 bolla

Fyrir kalkún og kjúkling.

15 ml/1 matskeið af smjöri eða smjörlíki

5 ml/1 teskeið af sólblómaolíu

1 lítill laukur, smátt saxaður

1 hvítlauksgeiri, pressaður

50 g/2 oz/1 bolli þurr blanda af fylltri steinselju og timjan

440 g/15½ oz/2 bollar niðursoðið ósykrað kastaníumauk

150 ml/¼ pt./2/3 bolli af heitu vatni

Fínt rifinn börkur af 1 sítrónu

1,5–2,5 ml/¼–½ teskeið af salti

Setjið smjörið eða smjörlíkið og olíuna í 1,25 lítra/2¼ pt/5½ bolla skál. Hitið, afhjúpað, á fullu afli í 25 sekúndur. Bætið við lauk og hvítlauk. Eldið án loks við háan hita í 3 mínútur. Bætið þurru fyllingarblöndunni út í og blandið vel saman. Eldið án loks við háan hita í 2 mínútur, hrærið tvisvar. Taktu úr örbylgjuofni. Blandið kastaníumaukinu smám saman, til skiptis með heitu vatni, þar til það hefur blandast saman. Blandið saman við sítrónuberki og salti eftir smekk. Notaðu þegar það er kalt.

Kastaníufylling með gammon

Gerir 675 g/1½ lb/4 bolla

Fyrir kalkún og kjúkling.

Útbúið sem Kastaníufylling með steinselju og timjan, en bætið 75 g af söxuðum gammon með sítrónuberki og salti út í.

Kjúklingalifrarfylling

Gerir 350g/12oz/2 bolla

Fyrir alifugla og villibráð.

125 g/4 oz/2/3 bolli kjúklingalifur

25 g/1 oz/2 matskeiðar smjör eða smjörlíki

1 laukur, rifinn

30 ml/2 matskeiðar af fínt saxaðri steinselju

1,5 ml/¼ teskeið af möluðu pipar

125 g / 4 oz / 2 bollar ferskt hvítt eða brúnt brauðrasp

Salt og nýmalaður svartur pipar

Kjúklingasoð, ef þarf

Þvoið lifur og þurrkið þær á eldhúspappír. Skerið í litla bita. Setjið smjörið eða smjörlíkið í 1,25 lítra ílát. Hitið, afhjúpað, á fullu afli í 1 mínútu. Bætið lauknum við. Eldið án loks við háan hita í 2 mínútur, hrærið einu sinni. Bætið lifrunum saman við. Eldið án loks í afþíðingarham í 3 mínútur, hrærið þrisvar sinnum. Blandið saman við steinselju, kryddjurt og brauðrasp og kryddið eftir smekk. Bindið aðeins með smá seyði þegar fyllingin er eftir á þurru hliðinni. Notaðu þegar það er kalt.

Kjúklingalifrarfylling með pekanhnetum og appelsínu

Gerir 350g/12oz/2 bolla

Fyrir alifugla og villibráð.

Undirbúið eins og fyrir kjúklingalifrarfyllingu, en bætið 30 ml/2 matskeiðum af brotnum pekanhnetum og 5 ml/1 teskeið af fínt rifnum appelsínuberki út í brauðmylsnuna.

Þreföld hnetafylling

Gerir 350g/12oz/2 bolla

Fyrir alifugla og kjöt.

15 ml/1 matskeið af sesamolíu
1 hvítlauksgeiri, pressaður
125 g/2/3 bolli fínmalaðar heslihnetur
125 g/4 oz/2/3 bolli fínmalaðar valhnetur
125 g/2/3 bolli fínmalaðar möndlur
Salt og nýmalaður svartur pipar
1 egg, þeytt

Hellið olíunni í nokkuð stórt ílát. Hitið, afhjúpað, á fullu afli í 1 mínútu. Bæta við hvítlauk. Eldið án loks á fullum krafti í 1 mínútu. Blandið öllum hnetunum saman og kryddið eftir smekk. Bindið með eggi. Notaðu þegar það er kalt.

Kartöflu- og kalkúnalifrarfylling

Gerir 675 g/1½ lb/4 bolla

Fyrir alifugla.

450 g hveitikartöflur

25 g/1 oz/2 matskeiðar smjör eða smjörlíki

1 laukur, saxaður

2 sneiðar (sneiðar) af beikoni, saxaðar

5 ml/1 teskeið af þurrkuðum kryddjurtum

45 ml/3 matskeiðar af fínt saxaðri steinselju

2,5 ml/½ teskeið af möluðum kanil

2,5 ml/½ teskeið af möluðu engifer

1 egg, þeytt

Salt og nýmalaður svartur pipar

Eldið kartöflurnar samkvæmt uppskriftinni að Kartöflum með rjóma, en notið aðeins 60 ml/4 matskeiðar af vatni. Sigtið og blandið saman. Setjið smjörið eða smjörlíkið í 1,25 lítra ílát. Hitið, afhjúpað, á fullu afli í 1 mínútu. Blandið saman lauk og beikoni. Eldið án loks við háan hita í 3 mínútur, hrærið tvisvar. Blandið öllum hráefnunum sem eftir eru, þar á meðal kartöflur, kryddið eftir smekk. Notaðu þegar það er kalt.

Hrísgrjónafylling með kryddjurtum

Uppskriftin gerir 450g/1lb/22/3 bolla

Fyrir alifugla.

125 g/2/3 bolli af auðvelt að elda langkorna hrísgrjón

250 ml/8 fl oz/1 bolli sjóðandi vatn

2,5 ml / ½ teskeið af salti

25 g/1 oz/2 matskeiðar smjör eða smjörlíki

1 lítill laukur, rifinn

5 ml/1 teskeið af saxaðri steinselju

5 ml/1 teskeið af kóríanderlaufum

5 ml/1 teskeið af salvíu

5 ml/1 teskeið af basilíkulaufum

Eldið hrísgrjónin með vatni og salti samkvæmt leiðbeiningum. Setjið smjörið eða smjörlíkið í 1,25 lítra ílát. Hitið, afhjúpað, á fullu afli í 1 mínútu. Hrærið lauknum saman við. Eldið án loks við háan hita í 1 mínútu, hrærið einu sinni. Blandið saman við hrísgrjón og kryddjurtir. Notaðu þegar það er kalt.

Spænsk hrísgrjónafylling með tómötum

Uppskriftin gerir 450g/1lb/22/3 bolla

Fyrir alifugla.

125 g/2/3 bolli af auðvelt að elda langkorna hrísgrjón

250 ml/8 fl oz/1 bolli sjóðandi vatn

2,5 ml / ½ teskeið af salti

25 g/1 oz/2 matskeiðar smjör eða smjörlíki

1 lítill laukur, rifinn

30 ml / 2 matskeiðar saxaður grænn pipar

1 tómatur, saxaður

30 ml/2 matskeiðar af söxuðum fylltum ólífum

Eldið hrísgrjónin með vatni og salti samkvæmt leiðbeiningum. Setjið smjörið eða smjörlíkið í 1,25 lítra ílát. Hitið, afhjúpað, á fullu afli í 1 mínútu. Hrærið lauk, grænni papriku, tómötum og ólífum saman við. Eldið án loks við háan hita í 2 mínútur, hrærið einu sinni. Hrærið hrísgrjónum saman við. Notaðu þegar það er kalt.

Ávaxtaríkt hrísgrjónafylling

Uppskriftin gerir 450g/1lb/22/3 bolla

Fyrir alifugla.

125 g/2/3 bolli af auðvelt að elda langkorna hrísgrjón

250 ml/8 fl oz/1 bolli sjóðandi vatn

2,5 ml / ½ teskeið af salti

25 g/1 oz/2 matskeiðar smjör eða smjörlíki

1 lítill laukur, rifinn

5 ml/1 teskeið af saxaðri steinselju

6 þurrkaðir apríkósuhelmingar, saxaðir

6 steinhreinsaðar sveskjur, saxaðar

5 ml/1 tsk af fínt rifnum clementine eða satsuma hýði

Eldið hrísgrjónin með vatni og salti samkvæmt leiðbeiningum. Setjið smjörið eða smjörlíkið í 1,25 lítra ílát. Hitið, afhjúpað, á fullu afli í 1 mínútu. Hrærið lauknum, steinseljunni, apríkósunum, sveskjunum saman við og afhýðið þær. Eldið án loks við háan hita í 1 mínútu, hrærið einu sinni. Hrærið hrísgrjónum saman við. Notaðu þegar það er kalt.

Austræn hrísgrjónafylling

Uppskriftin gerir 450g/1lb/22/3 bolla

Fyrir alifugla.

Undirbúið eins og að fylla hrísgrjón með kryddjurtum, en notið aðeins kóríander (kóríander). Bætið við 6 niðursoðnum og sneiðum kastaníuhnetum og 30 ml/2 matskeiðum af grófsöxuðum ristuðum kasjúhnetum ásamt lauknum.

Fyllt hrísgrjón með hnetum

Uppskriftin gerir 450g/1lb/22/3 bolla

Fyrir alifugla.

Undirbúið eins og að fylla hrísgrjón með kryddjurtum, en notið aðeins steinselju. Bætið 30 ml/2 matskeiðum af flögðum (söxuðum) og ristuðum möndlum og 30 ml/2 matskeiðum af söltuðum hnetum saman við laukinn.

Súkkulaðibitar

Gerir 16

75 g/3 oz/2/3 bolli smjör eða smjörlíki

30 ml/2 matskeiðar gyllt (létt) maíssíróp, brætt

15 ml/1 matskeið af kakódufti (ósykrað súkkulaði), sigtað

45 ml/3 matskeiðar af fínum sykri

75 g/3 oz/1½ bolli maísflögur

Bræðið smjörið eða smjörlíkið og sírópið án loksins í afþíðingarham í 2-3 mínútur. Hrærið kakó og sykri saman við. Hrærið kornflögunum saman við með stórri málmskeið, hrærið þar til þær eru vel húðaðar. Skellið í pappírsbollur (pappírsbollur), setjið á bretti eða bakka og kælið þar til þær hafa stífnað.

Djöflamatarkaka

Þjónar 8

Draumur um norður-ameríska matvinnsluvél með léttri og dúnkenndri áferð og djúpu súkkulaðibragði.

100 g/4 oz/1 bolli venjulegt (hálfsætt) súkkulaði, brotið í bita

225g/8oz/2 bollar sjálfhækkandi (sjálflyftandi) hveiti

25 g/2 matskeiðar af kakódufti (ósykrað súkkulaði).

1,5 ml/¼ teskeið af matarsóda (matarsódi)

200g/7oz/lítill 1 bolli dökk mjúkur púðursykur

150 g smjör eða mjúkt smjörlíki við eldhúshita

5 ml/1 teskeið af vanilluþykkni (þykkni)

2 stór egg, við eldhúshita

120 ml/1/2 bolli af súrmjólk eða 60 ml/4 matskeiðar af undanrennu og náttúrulegri jógúrt

Duftformi (konfekt) sykur til að strá yfir

Festu botn og hliðar 20 cm/8 tommu í þvermál beina soufflefats þétt með plastfilmu. Bræðið súkkulaðið í lítilli skál á afþíðingarham í 3-4 mínútur, hrærið tvisvar. Sigtið hveiti, kakó og matarsódan beint í skál matvinnsluvélar. Bætið brædda súkkulaðinu saman við allt sem eftir er af hráefninu og blandið í um 1 mínútu eða þar til hráefnin hafa blandast vel saman og blandan minnir á þykkt deig. Hellið með skeið í tilbúið fatið og hyljið lauslega með eldhúspappír. Eldið við háan hita í 9-10 mínútur, snúið pönnunni tvisvar sinnum, þar til deigið lyftist upp að brúnum pönnunnar og toppurinn er þakinn litlum, sprungnum loftbólum og virðist frekar þurrt. Ef einhverjir klístraðir blettir eru eftir skaltu elda við háan hita í 20-30 sekúndur í viðbót. Látið standa í örbylgjuofni í um það bil 15 mínútur (kakan sekkur örlítið), fjarlægið síðan og látið kólna þar til hún er rétt orðin hlý. Taktu varlega úr fatinu, haltu álpappírnum, og færðu yfir á vírgrind til að kólna alveg. Áður en borið er fram skaltu fjarlægja álpappírinn og strá yfir toppnum með sigtuðum flórsykri. Geymið í loftþéttu íláti.

Mokka kaka

Þjónar 8

Undirbúið eins og fyrir Djöflamatarkökuna, en eftir kælingu, skerið kökuna lárétt í þrjú lög. Þeytið 450 ml/¾ pt/2 bolla tvisvar (sterkt) eða þeytið rjóma þar til hann er þykkur. Sætið eftir smekk með smá sigtuðum duftformi (konfekt) sykri, kryddið síðan nokkuð sterkt með köldu svörtu kaffi. Notaðu smá af kreminu til að koma kökulögunum saman og hrærðu síðan blöndunni sem eftir er ofan á og hliðum. Kælið aðeins áður en það er borið fram.

Marglaga kaka

Þjónar 8

Undirbúið eins og fyrir Djöflamatarkökuna, en eftir kælingu, skerið kökuna lárétt í þrjú lög. Samloka með apríkósasultu, þeyttum rjóma og rifnu súkkulaði eða súkkulaðikremi.

Kirsuberjakaka frá Svartaskógi

Þjónar 8

Undirbúið eins og fyrir Djöflamatarkökuna, en eftir kælingu, skerið kökuna lárétt í þrjú lög og vættið hvert þeirra með kirsuberjalíkjör. Samloka með kirsuberjasultu (dós) eða kirsuberjafyllingu. Þeytið 300 ml/½ pt/1¼ bolli tvöfaldan (sterkan) eða þeyttan rjóma þar til hann er þykkur. Dreifið yfir toppinn og hliðarnar á kökunni. Þrýstið muldum súkkulaðistykki eða rifnu súkkulaði á hliðarnar, skreytið síðan toppinn með gljáðum kirsuberjahelmingum.

Súkkulaði appelsínugult Gateau

Þjónar 8

Undirbúið eins og fyrir Djöflamatarkökuna, en eftir kælingu, skerið kökuna lárétt í þrjú lög og vættið hvert þeirra með appelsínulíkjör. Samloka ásamt fínsöxuðu appelsínumarmelaði og þunnu lagi af marsipani (möndlumauk). Þeytið 300 ml/½ pt/1¼ bolli tvöfaldan (fastan) eða þeyttan rjóma þar til hann er þykkur. Litaðu og sættu létt með 10-15 ml/2-3 tsk af svörtum melassa, blandaðu síðan saman við 10 ml/2 tsk af rifnum appelsínuberki. Dreifið yfir toppinn og hliðarnar á kökunni.

Súkkulaði- og smjörkaka með rjóma

Fyrir 8–10

30 ml/2 matskeiðar af kakódufti (ósykrað súkkulaði).

60 ml/4 matskeiðar af sjóðandi vatni

175 g smjör eða smjörlíki við eldhúshita

175 g/6 oz/¾ bolli dökk mjúkur púðursykur

5 ml/1 teskeið af vanilluþykkni (þykkni)

3 egg við eldhúshita

175 g/6oz/1½ bollar sjálfhækkandi (sjálflyftandi) hveiti

15 ml/1 matskeið af svörtum melassa (melassa)

Smjörkrem

Duftformi (sælgæti) sykur til að strá (valfrjálst)

Klæddu botn og hliðar 18 x 9 cm/7 x 3½ tommu souffléforms varlega með plastfilmu, leyfðu því að teygja sig aðeins yfir brúnina. Blandið kakói vandlega saman við sjóðandi vatn. Hrærið smjör eða smjörlíki, sykur og vanilluþykkni þar til það er orðið ljóst og ljóst. Bætið eggjum út í einu í einu og bætið við 15 ml/1 matskeið af hveiti. Brjótið afganginn af hveiti í svartan melassa þar til það hefur blandast jafnt saman. Dreifið jafnt á tilbúið fat og hyljið lauslega með eldhúspappír. Eldið við háan hita í 6-6,5 mínútur þar til deigið hefur lyft sér vel og virðist ekki lengur rakt ofan á. Ekki steikja of lengi því þá minnkar deigið og harðnar. Setjið til hliðar í 5 mínútur, takið síðan deigið úr forminu, haltu því í matarfilmuna og færðu það yfir á grind. Fjarlægðu álpappírinn varlega og láttu kólna. Skerið kökuna lárétt í þrjú lög og raðið þeim saman við kremið (krem). Áður en skorið er niður, stráið toppnum með sigtuðum flórsykri ef vill.

Súkkulaði mokka kaka

Fyrir 8–10

Undirbúið eins og smjör-súkkulaðikaka, en bætið 15 ml/1 matskeið af mjög sterku svörtu kaffi við smjörrjómakremið. Til að fá sterkara bragð skaltu bæta 5 ml/1 teskeið af möluðu kaffi við fljótandi kaffi.

Appelsínu- og súkkulaðikaka

Fyrir 8–10

Útbúið sem súkkulaði-smjörkaka, en bætið 10 ml/2 tsk af fínt rifnum appelsínuberki út í deigið.

Tvöföld súkkulaðikaka

Fyrir 8–10

Útbúið sem súkkulaði-smjörkaka, en bætið 100 g af bræddu og kældu venjulegu (hálfsætu) súkkulaði út í smjörkremið. Látið harðna fyrir notkun.

Kaka með þeyttum rjóma og valhnetum

Fyrir 8–10

1 súkkulaði- og smjörkaka með rjóma

300 ml/½ bolli/1¼ bolli tvöfaldur (þungur) rjómi

150 ml/¼ pt/2/3 bolli þeyttur rjómi

45 ml/3 matskeiðar af duftformi (sælgæti) sykri, sigtaður

Hvaða bragðefni sem er (þykkni) eins og vanillu, rós, kaffi, sítrónu, appelsínu, möndlu, ratafia

Hnetur, súkkulaðispænir, silfur dragees, kristalluð blómablöð eða gljáður (sósaður) ávextir til skrauts

Skerið kökuna lárétt í þrjú lög. Þeytið rjómin saman þar til þau eru þykk. Bætið við flórsykri og bragðefni eftir smekk. Setjið kökulögin saman við kremið og skreytið toppinn eins og þið viljið.

Jólahlið

Fyrir 8–10

1 súkkulaði- og smjörkaka með rjóma

45 ml/3 matskeiðar af frælausri hindberjasultu (geymsla)

Marsipan (möndlumauk)

300 ml/½ bolli/1¼ bolli tvöfaldur (þungur) rjómi

150 ml/¼ pt/2/3 bolli þeyttur rjómi

60 ml/4 matskeiðar af fínum sykri

Glacé (konfekt) kirsuber og ætar holly kvistir til skrauts

Skerið kökuna í þrjú lög og raðið þeim saman við sultuna sem er þakin þunnt útrúlluðum marsipanskífum. Þeytið rjóma og flórsykur þar til þykkt er og notaðið til að húða topp og hliðar kökunnar. Skreytið toppinn með kirsuberjum og holly.

Amerísk brúnkaka

Gerir 12

50 g/½ bolli venjulegt (hálfsætt) súkkulaði, brotið í bita

75 g/3 oz/2/3 bolli smjör eða smjörlíki

175 g/6 oz/¾ bolli dökk mjúkur púðursykur

2 egg, við eldhúshita, þeytt

150 g/5 oz/1¼ bolli venjulegt (alhliða) hveiti

1,5 ml/¼ teskeið af lyftidufti

5 ml/1 teskeið af vanilluþykkni (þykkni)

30 ml / 2 matskeiðar af kaldri mjólk

Duftformi (konfekt) sykur til að strá yfir

Smjör og grunnlína a 25 x 16 3 5 cm/10 x 6½ 3 2 í fatinu. Bræðið súkkulaðið og smjörið eða smjörlíkið á Full í 2 mínútur, hrærið þar til það hefur blandast vel saman. Þeytið sykur og egg þar til það hefur blandast vel saman. Sigtið hveiti og lyftiduft, blandið síðan varlega saman við súkkulaðiblönduna með vanilludropum og mjólk. Dreifið jafnt á tilbúið fat og hyljið lauslega með eldhúspappír. Eldið við háan hita í 7 mínútur, þar til deigið er vel lyft og toppurinn með litlum loftgöt. Látið kólna í pottinum í 10 mínútur. Skerið í ferninga, stráið flórsykri yfir nokkuð þykkt og látið síðan kólna alveg á vír. Geymið í loftþéttu íláti.

Súkkulaði-heslihnetu brownie

Gerir 12

Undirbúið eins og amerískar Brownies, en með sykri bætið við 90 ml/6 matskeiðar af grófsöxuðum valhnetum. Eldið í 1 mínútu í viðbót.

Hafrar karamellu þríhyrninga

Gerir 8

125 g smjör eða smjörlíki

50 g/3 matskeiðar af gylltu (létt maíssírópi).

25 ml/1½ matskeið af blackstrap melassa (melassa)

100 g/4 oz/½ bolli dökk mjúkur púðursykur

225 g/8 oz/2 bollar hafrar

Smyrjið 20 cm/8 tommu djúpt fat vandlega. Bræðið smjörið, sírópið, melassann og sykurinn saman, án loks, á afþíðingarham í 5 mínútur. Blandið haframjölinu og dreifið blöndunni í fat. Eldið við háan hita án loks í 4 mínútur, snúið pottinum einu sinni við. Setjið til hliðar í 3 mínútur. Eldið í 1½ mínútu í viðbót. Látið kólna og skerið síðan í átta þríhyrninga. Takið úr pottinum þegar það er kólnað og geymið í loftþéttu íláti.

Múslí þríhyrninga

Gerir 8

Undirbúið sem Hafra karamellu þríhyrninga, en skiptu haframjölinu út fyrir ósykrað múslí.

Súkkulaðidrottningar

Gerir 12

125g/4oz/1 bolli sjálfhækkandi (sjálflyftandi) hveiti
30 ml/2 matskeiðar af kakódufti (ósykrað súkkulaði).
50 g smjör eða smjörlíki við eldhúshita
50 g/2 oz/¼ bolli ljós, mjúkur púðursykur
1 egg
5 ml/1 teskeið af vanilluþykkni (þykkni)
30 ml / 2 matskeiðar af kaldri mjólk
Kúla (sælgæti), sykur eða súkkulaðimauk til skrauts (valfrjálst)

Sigtið hveiti og kakó saman við. Í sérstakri skál, kremið smjörið eða smjörlíkið með sykri þar til það er mjúkt og loftkennt. Bætið egginu og vanilludropum saman við. Blandið hveitinu til skiptis saman við mjólkina, hrærið kröftuglega með gaffli án þess að þeyta. Skiptið á milli 12 pappírskökuforma (bollakökupappír). Setjið sex á plötuspilara úr gleri eða plasti, hyljið lauslega með eldhúspappír og eldið við háan hita í 2 mínútur. Kælið á vírgrind. Stráið sigtuðum flórsykri yfir eða hyljið með súkkulaðimauki, ef vill. Geymið í loftþéttu íláti.

Queenies súkkulaðiflögur

Gerir 12

Undirbúið eins og súkkulaðidrottningar, en myljið litla súkkulaðistykki og blandið því varlega saman við deigið eftir að egginu og vanilludropunum er bætt út í.

Morgunverðarkaka með klíði og ananas

Gerir um það bil 12 stykki

Nokkuð þykkt deig og gagnlegt morgunverðarsnarl borið fram með jógúrt og drykk.

100 g/3½ oz/1 bolli All Bran korn

50g/2oz/¼ bolli dökk mjúkur púðursykur

175 g af mulinn niðursoðinn ananas

20 ml/4 teskeiðar af þykku hunangi

1 egg, þeytt

300 ml/½ pt/1¼ bolli af undanrennu

150 g/5 oz/1¼ bolli sjálfhækkandi (sjálflyftandi) heilhveiti

Klæðið botn og hliðar 18 cm/7 tommu souffléforms þétt með plastfilmu þannig að það nái aðeins yfir brúnina. Setjið morgunkornið, sykur, ananas og hunang í skál. Lokið með diski og hitið í afþíðingarham í 5 mínútur. Bætið restinni af hráefnunum saman við, hrærið kröftuglega saman án þess að þeyta. Flyttu yfir í tilbúna réttinn. Hyljið lauslega með eldhúspappír og eldið á afþíðingarham í 20 mínútur, snúið pottinum fjórum sinnum. Látið kólna svo að það hitni aðeins í gegn, setjið síðan yfir á vírgrind og haldið í plastfilmuna. Þegar það er alveg kælt skal geymt í loftþéttu íláti í 1 dag áður en það er skorið.

Ávaxtaríkt súkkulaðismákaka

Gerir 10-12

200g/7oz/lítill 1 bolli venjulegt (hálfsætt) súkkulaði, brotið í ferninga

225 g/8 oz/1 bolli ósaltað (sætt) smjör (ekki smjörlíki)

2 stór egg, við eldhúshita, þeytt

5 ml/1 teskeið af vanilluþykkni (þykkni)

75 g gróft saxaðar blandaðar hnetur

75 g/¾ bolli saxaður, kristallaður ananas eða papaya

75 g/¾ bolli hakkað kristallað engifer

25 ml/1½ matskeiðar af duftformi (sælgæti) sykri, sigtaður

15 ml/1 matskeið af ávaxtalíkjör, eins og Grand Marnier eða Cointreau

225 g venjuleg sæt kex (smákökur), eins og meltingarkex (Graham kex), hvert skipt í 8 bita

Fóðrið botn og hliðar 20 cm þvermáls fats eða svampsamlokuforms (pönnu) þétt með matarpappír (álpappír). Bræðið súkkulaðibitana í stórri skál, án loks, við afþíðingarham í 4-5 mínútur, þar til þeir eru mjög mjúkir en halda upprunalegu formi. Skerið smjörið í stóra teninga og bræðið óhult í afþíðingarham í 2-3 mínútur. Blandið vandlega saman við bræddu súkkulaði, eggjum og vanilludropum. Blandið öllum hráefnunum sem eftir eru saman. Þegar það hefur blandast vel saman skaltu setja það yfir í tilbúna bökunarformið og hylja með filmu eða plastfilmu. Geymið í kæli í 24 klukkustundir, fjarlægið síðan varlega og fjarlægið plastfilmuna. Skerið í báta til að bera fram. Geymið í kæli á milli lota þar sem deigið mýkist við stofuhita.

Ávaxtaríkt Mokka Svampkaka

Gerir 10-12

Undirbúið eins og súkkulaði-ávaxtakaka, en bræðið 20 ml/4 teskeiðar af instantkaffidufti eða korn með súkkulaði og skiptið ávaxtalíkjörnum út fyrir kaffilíkjör.

Ávaxtakaka með rommi og rúsínum

Gerir 10-12

Undirbúið eins og í tilfelli marrkaka með ávaxtasúkkulaði, en í stað kristallaðra ávaxta, bætið við 100 g af rúsínum og skiptið líkjörnum út fyrir dökkt romm.

Ávaxtaríkt viskí og appelsínu marr kex

Gerir 10-12

Útbúið sem súkkulaðiköku með ávöxtum, en bætið fínt rifnum börki af 1 appelsínu út í súkkulaði og smjör og skiptið líkjörnum út fyrir viskí.

Smáskorpuávaxtakaka með hvítu súkkulaði

Gerir 10-12

Útbúið eins og fyrir ávaxtasúkkulaði marr köku, en skiptið út fyrir dökkhvítt súkkulaði.

Tveggja laga apríkósu- og hindberjaostakaka

Þjónar 12

fyrir gagnagrunninn:

100 g smjör

225 g / 8 oz / 2 bollar súkkulaði meltingarkexmola (Graham kex).

5 ml/1 teskeið af kryddblöndu (eplakaka).

Fyrir apríkósulagið:

60 ml/4 matskeiðar af köldu vatni

30 ml/2 matskeiðar af gelatíndufti

500 g/1 lb 2 oz/2¼ bolli kotasæla (sléttur kotasæla)

250 g/9 oz/1¼ bolli fromage frais eða kotasæla

60 ml/4 matskeiðar af sléttri apríkósasultu (geymsla)

75g/3oz/2/3 bolli kornsykur

3 egg, aðskilin

Klípa af salti

Fyrir hindberjalagið:

45 ml/3 matskeiðar af köldu vatni

15 ml/1 matskeið af gelatíndufti

225 g fersk hindber, mulin og sigtuð (tæmd)

30 ml/2 matskeiðar af fínum sykri

150 ml/¼ pt/2/3 bolli tvöfaldur (þungur) rjómi

Til skrauts:

Fersk hindber, jarðarber og strengir af rauðum rifsberjum

Til að undirbúa botninn skaltu bræða smjörið án hylkis á afþíðingarhamnum í 3-3,5 mínútur. Hrærið svampkökumylsnunni og kryddblöndunni saman við. Dreifið jafnt á botn 25 cm kökuforms (bakka). Kælið í 30 mínútur þar til það er stíft.

Til að búa til apríkósulagið, setjið vatn og gelatín í skál og blandið vel saman. Setjið til hliðar í 5 mínútur þar til það er mjúkt. Bræðið afhjúpað á afþíðingarham í 2½-3 mínútur. Setjið kotasæluna, fromage frais eða kotasæluna, sultu, sykur og eggjarauður í matvinnsluvélina og kveikið á vélinni þar til hráefnin hafa blandast vel saman. Skafið í stóra skál, setjið disk yfir og kælið þar til það byrjar að þykkna og raðið í kringum brúnirnar. Þeytið eggjahvítur og salt þar til þær eru stífar. Brjótið þriðjung út í ostablönduna og blandið síðan afganginum saman við með málmskeið eða spaða. Dreifið jafnt á svampkökubotninn. Hyljið lauslega með eldhúspappír og kælið í að minnsta kosti 1 klst.

Til að búa til hindberjalagið skaltu hella vatni og gelatíni í skál og blanda vel saman. Setjið til hliðar í 5 mínútur þar til það er mjúkt. Bræðið afhjúpað á afþíðingarham í 1½-2 mínútur. Blandið saman við hindberjamauki og sykri. Hyljið með filmu eða plastfilmu og kælið þar til það byrjar að þykkna og myndast í kringum brúnirnar. Þeytið rjómann þar til hann þykknar aðeins. Þeytið þriðjung út í ávaxtablönduna og blandið síðan afganginum saman við með málmskeið eða spaða. Dreifið jafnt yfir ostakökublönduna. Lokið lauslega og kælið í nokkrar klukkustundir þar til það er stíft. Til að bera fram skaltu keyra hníf dýft í heitu vatni um innanverðan brúnina til að losa ostakökuna. Losaðu dósina og fjarlægðu hliðina. Skreytið toppinn með ávöxtum. Skerið í bita með hníf dýft í heitu vatni.

Hnetusmjörs ostakaka

Þjónar 10

fyrir gagnagrunninn:

100 g smjör

225 g / 8 oz / 2 bollar engiferkex (kex) mola.

Fyrir áleggið:

90 ml/6 matskeiðar af köldu vatni

45 ml/3 matskeiðar af gelatíndufti

750 g / 1½ lb / 3 bollar af kotasælu (sléttur kotasæla).

4 egg, aðskilin

5 ml/1 teskeið af vanilluþykkni (þykkni)

150g/5oz/2/3 bolli kornsykur

Klípa af salti

150 ml/¼ pt/2/3 bolli tvöfaldur (þungur) rjómi

60 ml / 4 matskeiðar af sléttu hnetusmjöri við eldhúshita

Saxaðar léttsaltaðar eða venjulegar jarðhnetur (valfrjálst)

Til að undirbúa botninn skaltu bræða smjörið án hylkis á afþíðingarhamnum í 3-3,5 mínútur. Blandið kexmolunum saman við. Dreifið því á botninn á 20 cm kökuformi (bakka) í þvermál og kælið í 20-30 mínútur þar til það harðnar.

Til að gera gljáann skaltu setja vatnið og gelatínið í skál og blanda vel saman. Setjið til hliðar í 5 mínútur til að mýkjast. Bræðið afhjúpað á afþíðingarham í 3-3,5 mínútur. Setjið í matvinnsluvél ásamt ostinum, eggjarauðunum, vanilludropunum og sykri og keyrið vélina þar til slétt er. Skafið í stóra skál. Þeytið eggjahvítur og salt þar til þær eru stífar. Þeytið rjómann þar til hann þykknar aðeins. Blandið til skiptis eggjahvítunum og rjómanum saman við ostablönduna. Hrærið að lokum hnetusmjörinu saman við. Dreifið jafnt í tilbúið form, hyljið vel og kælið í að minnsta kosti 12 klukkustundir. Til að bera fram skaltu keyra hníf dýft í heitu vatni frá hliðinni til að losna. Losaðu dósina og fjarlægðu hliðarnar. Skreytið með söxuðum hnetum, ef vill. Skerið í bita með hníf dýft í heitu vatni.

sítrónu ostakaka

Þjónar 10

Undirbúið eins og fyrir hnetusmjörsostaköku, en skiptið hnetusmjörinu út fyrir sítrónuost.

súkkulaði ostaköku

Þjónar 10

Útbúið eins og fyrir hnetusmjörsostaköku, en skiptið hnetusmjörinu út fyrir súkkulaðikrem.

Sharon ávaxtaríkt ostakaka

Þjónar 10

Uppskrift sem Nýsjálendingur sendi mér, byggð á tómatlíkum tamarillo ávöxtum. Þar sem það er ekki alltaf auðvelt að fá þá eru vetrar sharon ávextir aðdáunarverður staðgengill eða jafnvel svipur fyrir persimmons, svo framarlega sem þeir eru mjög þroskaðir.

fyrir gagnagrunninn:

175 g/6 oz/¾ bolli smjör

100 g/3½ oz/½ bolli ljós, mjúkur púðursykur

225 g / 8 oz maltað kex (kex) mola

Fyrir fyllinguna:

4 sharon ber, söxuð

100 g/1/2 bolli ljós, mjúkur púðursykur

30 ml/2 matskeiðar af gelatíndufti

30 ml / 2 matskeiðar af köldu vatni

300g/10oz/1¼ bolli rjómaostur

3 stór egg, aðskilin

Safi úr ½ sítrónu

Skolið 25 cm/10 tommu þvermál kökuformið (bakkann) vandlega og látið það vera blautt. Bræðið smjörið eða smjörlíkið afhjúpað í afþíðingarham í 3-3,5 mínútur. Hrærið sykri og kexmola saman við. Þrýstu jafnt á botninn á pönnunni. Kælið á meðan bökufyllingin er útbúin.

Til að búa til fyllinguna, setjið sharon ávextina í fat og stráið helmingnum af sykrinum yfir. Setjið matarlímið í skál og blandið vatni saman við. Setjið til hliðar í 5 mínútur þar til það er mjúkt. Bræðið afhjúpað á afþíðingarham í 3-3,5 mínútur. Þeytið ostinn í sérstakri skál þar til hann er mjúkur og loftkenndur, bætið síðan gelatíni, eggjarauðu, sítrónusafa og sykrinum sem eftir er út í. Þeytið eggjahvíturnar þar til þær eru stífar. Blandið út í ostablönduna til skiptis við sharon ávextina. Setjið á kexbotninn og kælið yfir nótt. Til að bera fram skaltu renna hníf sem er dýft í heitu vatni um hliðina til að losna, skrúfaðu síðan dósina af og fjarlægðu hliðarnar.

Bláberja ostakaka

Þjónar 10

Undirbúið eins og Sharon Fruit ostakaka, en skiptið Sharon ávöxtum út fyrir 350g/12oz ber.

Bökuð sítrónu ostakaka

Þjónar 10

fyrir gagnagrunninn:

75 g af smjöri við eldhúshita

175 g / 6 oz / 1½ bolli meltingarkexmola (Graham kex).

30 ml/2 matskeiðar af fínum sykri

Fyrir fyllinguna:

450 g/1 lb/2 bollar meðalfeitur kotasæla (sléttur kotasæla) við eldhúshita

75g/3oz/1/3 bolli kornsykur

2 stór egg, við eldhúshita

5 ml/1 teskeið af vanilluþykkni (þykkni)

15 ml/1 matskeið af maísmjöli (maissterkju)

Rífið börk og safa úr 1 sítrónu fínt

150 ml/¼ pt/2/3 bolli tvöfaldur (þungur) rjómi

150ml/5oz/2/3 bolli sýrður (mjólkur) rjómi

Til að undirbúa botninn skaltu bræða smjörið án hylkis á afþíðingarhamnum í 2-2,5 mínútur. Blandið kexmylsnunni og sykri saman við. Klæddu botn og hliðar á 20 cm/8 tommu þvermál fat með plastfilmu, leyfðu því að hanga aðeins yfir brúnina. Dreifið botni og hliðum með kexblöndu. Eldið við háan hita án loks í 2,5 mínútur.

Til að gera fyllinguna, þeytið ostinn þar til hann er mjúkur, blandið síðan saman við restina af hráefninu nema sýrða rjómanum. Hellið í molabakkann og hyljið lauslega með eldhúspappír. Eldið við háan hita í 12 mínútur, snúið pottinum tvisvar. Kakan er tilbúin þegar hreyfing er í miðjunni og toppurinn hefur lyft sér aðeins og er farinn að sprunga. Setjið til hliðar í 5 mínútur. Takið úr örbylgjuofninum og smyrjið sýrða rjómanum létt yfir, sem mun harðna ofan á og jafnast út þegar kakan kólnar.

Bökuð lime ostakaka

Þjónar 10

Undirbúið eins og fyrir bökuð sítrónuostaköku, en skiptu sítrónunni út fyrir börk og safa úr 1 límónu.

Bökuð sólberjaostakaka

Þjónar 10

Undirbúið sem bökuð sítrónuostakaka, en þegar hún er alveg köld, smyrjið toppinn með vandaðri sólberjasultu (soðið) eða niðursoðnum sólberjaávaxtafyllingu.

Bökuð hindberjaostakaka

Þjónar 10

Undirbúið eins og fyrir bökuð sítrónuostaköku, en notið hindberjabúðingsduft í stað maísmjöls. Skreytið toppinn með ferskum hindberjum.